மனைவி கிடைத்தாள்

கிழக்கு பதிப்பக வெளியீடுகளாக சுஜாதாவின் புத்தகங்கள்

மீண்டும் ஜீனோ
நிறமற்ற வானவில்
நில்லுங்கள் ராஜாவே
தீண்டும் இன்பம்
ஆஸ்டின் இல்லம்
அனிதாவின் காதல்கள்
நைலான் கயிறு
24 ரூபாய் தீவு
அனிதா இளம் மனைவி
கொலை அரங்கம்
கமிஷனருக்கு கடிதம்
அப்ஸரா
பாரதி இருந்த வீடு
மெரீனா
ஆர்யபட்டா
என் இனிய இயந்திரா
காயத்ரி
ப்ரியா
தங்க முடிச்சு
எதையும் ஒருமுறை
ஊஞ்சல்
ஓரிரவில் ஒரு ரயிலில்
மீண்டும் ஒரு குற்றம்
விக்ரம்
ஆ..!
நில், கவனி, தாக்கு!
வாய்மையே சில சமயம் வெல்லும்
வசந்த காலக் குற்றங்கள்
சிவந்த கைகள்
ஒரே ஒரு துரோகம்
இன்னும் ஒரு பெண்
6961
ஜோதி
மாயா
ரோஜா
ஓடாதே
மேற்கே ஒரு குற்றம்
விபரீதக் கோட்பாடு
ஐந்தாவது அத்தியாயம்
மலை மாளிகை
விடிவதற்குள் வா
மூன்று நாள் சொர்க்கம்
பத்து செகண்ட் முத்தம்
கம்ப்யூட்டர் கிராமம்
இளமையில் கொல்
மேகத்தை துரத்தியவன்
ஒரு நடுப்பகல் மரணம்
நகரம்
இதன் பெயரும் கொலை
மண்மகன்
தப்பித்தால் தப்பில்லை
விழுந்த நட்சத்திரம்
முதல் நாடகம்
ஆட்டக்காரன்
ஜன்னல் மலர்
என்றாவது ஒரு நாள்
வைரங்கள்
மேலும் ஒரு குற்றம்
சொர்க்கத் தீவு
கனவுத் தொழிற்சாலை
ஆயிரத்தில் இருவர்
பதினாலு நாட்கள்
உள்ளம் துறந்தவன்
பிரிவோம் சந்திப்போம்
கரையெல்லாம் செண்பகப்பூ
இரண்டாவது காதல் கதை
நிர்வாண நகரம்
குருபிரசாதின் கடைசி தினம்
இருள் வரும் நேரம்
திசை கண்டேன் வான் கண்டேன்
ஆழ்வார்கள் - ஓர் எளிய அறிமுகம்
தேடாதே
விருப்பமில்லாத் திருப்பங்கள்
கை
விரும்பிச் சொன்ன பொய்கள்
ஆதலினால் காதல் செய்வீர்
நூற்றாண்டின் இறுதியில் சில சிந்தனைகள்
அப்பா, அன்புள்ள அப்பா
மிஸ். தமிழ்த்தாயே, நமஸ்காரம்!
சிறு சிறுகதைகள்
வாரம் ஒரு பாசுரம்
வானத்தில் ஒரு மௌனத்தாரகை
கடவுள் வந்திருந்தார்
அனுமதி
ஓலைப் பட்டாசு
சேகர், சிங்கமய்யங்கார் பேரன்
கம்ப்யூட்டரே ஒரு கதை சொல்லு
டாக்டர் நரேந்திரனின் வினோத வழக்கு
நிஜத்தைத் தேடி
பாதி ராஜ்யம்
சில வித்தியாசங்கள்
21ம் விளிம்பு
சின்னச் சின்னக் கட்டுரைகள்
ஜீனோம்
கற்பனைக்கும் அப்பால்
மனைவி கிடைத்தாள்
மத்யமர்
ஓரிரு எண்ணங்கள்
ரயில் புன்னகை
தோரணத்து மாவிலைகள்
விவாதங்கள் விமர்சனங்கள்

மனைவி கிடைத்தாள்

சுஜாதா

கிழக்கு

மனைவி கிடைத்தாள்
Manaivi Kidaithal
by *Sujatha*
Sujatha Rangarajan ©

First Edition: April 2017
112 Pages
Printed in India.

ISBN 978-81-8493-724-4
Kizhakku - 981

Kizhakku Pathippagam
177/103, First Floor,
Ambal's Building, Lloyds Road,
Royapettah, Chennai - 600 014.
Ph: +91-44-4200-9603
Email : support@nhm.in
Website : www.nhm.in

◼ kizhakkupathippagam
◼ kizhakku_nhm

Kizhakku Pathippagam is an imprint of New Horizon Media Private Limited.

This book is sold subject to the condition that it shall not, by way of trade or otherwise, be lent, resold, hired out, or otherwise circulated without the publisher's prior written consent in any form of binding or cover other than that in which it is published and without a similar condition including this the rights under copyright reserved above, no part of this publication may be reproduced, stored in or introduced into a retrieval system, or transmitted in any form or by any means (electronic, mechanical, photocopying, recording or otherwise), without the prior written permission of both the copyright owner and the above-mentioned publisher of this book.

> பெண்ணே நான் அப்படிப்பட்டவன் இல்லை என்று சொன்ன கண்கள். அவள் தேடிக்கொண்டிருந்த ஒரே ஒரு பார்வை... அதை எப்படிச் சொல்வது? வார்த்தைகள் சுலபத்தில் சிக்கிவிடாத விஷயம் அது. அதன் மகத்துவம் மிகவும் அந்தரங்கமாக அவளுக்கு மட்டுமே தெரியும்.

பொருளடக்கம்

மனைவி கிடைத்தாள்	09
விளிம்பு	72
நிஜத்தைத் தேடி...	104

1

சாமி-மூர்த்தி

பத்து மணிக்கு அண்ணாசாமியும் கிருஷ்ணமூர்த்தியும் பஸ் நிலையத்தில் வந்து இறங்கினார்கள்.

வரவேற்க யாரும் இல்லாதது அண்ணாசாமிக்குக் கவலையாக இருந்தது. தகவல் போகவில்லையா அல்லது ஏதாவது அசந்தர்ப்பமா?

'என்னடா ஒருத்தரையும் காணோம்?'என்றான் மூர்த்தி.

'அதானே' என்றான் சாமி.

'ஆரம்பத்திலேயே இவ்வளவு அலட்சியமா? சேச்சே, வேறு ஏதாவது காரணம் இருக்கும்.'

'பெண் பார்க்க வர்றவங்களுக்கு இந்த ஊர்ல இப்படித் தான் மரியாதையா? நாமே வீட்டைத் தேடிட்டுப் போய், ஸார் என்று கதவைத் தட்டணுமா? வாடா அடுத்த பஸ்ல போயிறலாம். எத்தனையோ பெண்கள்! நம்ம ஊர்ல இல்லாத பெண்ணா! ஒருத்தரை ஒருத்தர் ஏரோப்ளேன் சார்ஜ் கொடுத்து அழைச்சுட்டுப் போறாங்க!'

'இரு மூர்த்தி! கொஞ்ச நேரம் வெயிட் பண்ணிப் பார்க்கலாம். நாம போட்ட கடிதம் போய்ச் சேரலயோ என்னமோ!'

சாமி சுற்றிலும் பார்த்தான். பழக்கடை நிறைய ஆப்பிள்கள் வெட்கப்பட்டன. ஆரஞ்சுகள் விழித்தன. நூறு பத்திரிகைகள் தொங்கின.

ஒரு பெரிய பொதுக்கூட்டத்தைக் கலைக்கிற அளவுக்கு சோடா பாட்டில்கள். நன்னாரி சர்பத்தைச் சுற்றிலும் ஈக்கள் விளையாடிக் கொண்டிருந்தன. பெரிய சட்டையைப் போட்டுக்கொண்டு பிளாஸ்டிக் மூடியில் ஒரு பையன் பிச்சை கேட்டுக்கொண்டிருந்தான்.

'ஏதாவது வாங்கிண்டு போகலாமா?'

'எதுக்கு ஒண்ணும் வேண்டாம். வா!' என்று ஸ்ரீ விநாயகா பவன் காபி சாப்பாடு ஹோட்டலிலிருந்து ('பெரும் வியாதியஸ்தர்கள் உள்ளே நுழையக்கூடாது.') ரோசாப்பூ ரவிக்கைக்காரி பாட்டு ஒலித்தது. அவர்கள் உள்ளே சென்று உட்கார்ந்ததும் அலுமினிய தம்ளரில் விரல் நனைய தண்ணீர் கொண்டு வந்து (லொட்), 'என்ன ஸார் வேணும்?' என்று கேட்டான்.

போண்டாவை முதலில் கடித்துப் பார்த்த மூர்த்தி காலண்டரைப் பார்த்து, 'ஏம்ப்பா இந்த போண்டா எப்பப் பண்ணது?' என்றான். ஹோட்டல் ஒலி பெருக்கி 'வெத்ல வெத்தல வெத்தலயோ?' என்றது. சாமி கையலம்பும் பொழுது தன் முகத்தை ரசம் போன கண்ணாடியில் பார்த்துக்கொண்டான். ஐந்து மணி நேர பஸ் பிரயாணம் முகத்தில் வழிய, துடைத்துக்கொண்டாலும் அவன் பிரகாசமாகவில்லை.

புதிதாக ஓர் ஆசாமி உள்ளே வந்து சுற்றும் முற்றும் பார்த்துவிட்டு, கல்லாவில் விசாரிப்பது கண்ணாடியில் தெரிந்தது.

மூர்த்தி அவனை அணுகினான். புதுச் சட்டை, அங்கவஸ்திரம் அணிந்து, பளபளவென்று தலை வாரி, நெற்றிப் பொட்டுடன், 'நீங்கதானே அண்ணாசாமி?' என்றார். 'இல்லை இதோ வரான் பாருங்கோ! நீங்க பெண் வீட்டுக்காரங்களா?'

'ஆமாம் மன்னிக்கவும்... டவுன் பஸ் ஸ்டாண்டில் நின்னுண்டிருந்தேன். நீங்க இங்க வந்துட்டீங்க!'

'இது டவுன் பஸ் ஸ்டாண்டு இல்லையா?'

'இது மெயின் பஸ் ஸ்டாண்டு!'

'சரிதான் சுவாமி. உங்கள் உள்ளூர் பழக்க வழக்கம் எல்லாம் எங்களுக்கு எப்படித் தெரியும்? திரும்பிப் போறதா இருந்தோம்!'

'திரும்பிப் போறதாவது... வண்டில ஏறுங்கோ!' குதிரை வண்டி. தொத்தல் குதிரை. த..த... என்று தட்டிய வண்டிக்காரன் குதிரையைவிட புராதனமாக இருந்தான். வருடக் கணக்கில் பட்டையடித்துக் கண்கள் கலங்கியிருந்தன. 'என்ன தம்பி விருந்தாளிங்களா?'

'ஆமாப்பா!'

'ஒரு ரூபா போட்டுக் கொடு! திரும்பக் காலியாகச் சவாரி வரணும் பாரு. அப்பறம் கல்யாண சவாரி.'

மணிக்கூண்டு, பஞ்சாயத்து அலுவலகம், மகளிர் கல்லூரி, மார்க்கெட்... எல்லாவற்றையும் புறக்கணித்து ஒதுக்குப்புறமாக இருந்த காலனியில், ஒதுக்குப்புறமாக இருந்த பகுதியில் கடைசி வீட்டுக்கு முந்தின வீட்டைச் சுற்றி கலகலப்பாக இருந்தது. வாசலில் செம்மண். மாவிலைத் தோரணம். நிறைய செருப்புகள். யார் யாரோ சிரித்தார்கள். யார் யாருக்கோ அறிமுகப்படுத்தினார்கள். 'இது பெண்ணுக்கு மாமா, தாத்தா, தகப்பனார், ஒண்ணு விட்ட அண்ணன்.'

'டவுன்ல இறங்காம பெரிய பஸ் ஸ்டாண்டுக்குப் போய்ட்டா.'

'அடடா! நீ லெட்டர்ல எழுதலயா?'

'ஸார்! உங்க அம்மா வர்றதா சொன்னாளே?'

'அம்மாவுக்குத் திடீர்னு தலைவலி மாதிரி வந்துட்டுது...'

'இவர் யாரு?'

'என் ஃப்ரண்ட். கூட ஃபாக்டரியில் வேலை செய்யறான்.' மேலும் மேலும் தாத்தாக்கள் தான் திரையைப் பிடித்துப் பிடித்து வெளியே வந்துகொண்டிருந்தார்களே தவிர, பெண்? ம்ஹூம் இன்னமும் வரவில்லை.

ஏழெட்டு பொடிப் பயல்கள், சிறுமிகள், அவன் முன்பு ஓர் அடி விட்டத்தில் உட்கார்ந்துகொண்டு அவனையே பார்த்துக்கொண்டிருக்க, மூர்த்தி ஓரத்தில் நிலைப்படியில் நின்று அவனைப் பார்த்துப் புன்னகை செய்தான்.

'ஆனிஃப் கம்ஸ் இன் அண்ட் பௌல்ஸ்.'

'ரேடியோவை நிறுத்துடா.'

'வாங்கோ வாங்கோ. பெரிய பஸ் ஸ்டாண்டில் எறங்கிட்டேளாமே?'

இந்த பஸ் ஸ்டாண்ட் விஷயத்தை இதுவரை ஒன்பது பேர் கேட்டாகிவிட்டது. பஜ்ஜி, சொஜ்ஜி தாங்க முடியாத சூடு. காபி வந்தது. கேஸரியை விழுங்கினான். முந்திரிப் பருப்பு நிரடியது.

பெண் வந்தாள். மெள்ள தலை குனிந்துகொண்டு. பின்னால் அம்மா வர, இந்தப் பக்கம் அவள் தங்கையோ யாரோ வர... அந்தப் பக்கம்... ம்ஹூம் சாமிக்கு அவர்கள் எல்லாம் இப்பொழுது பொருட்டல்ல.

அண்ணாசாமிக்கு எதிரே ஒரு நாற்காலி போடப்பட்டது. அதில் வந்து அவள் உட்கார்ந்தாள். விளிம்பில் உட்கார்ந்து கால் கட்டை விரலையே வைத்த கண் வாங்காமல் பார்த்துக்கொண்டிருந்தாள். அவள் நெற்றி வகுடு தெரிந்தது. தீர்க்கமான மூக்கு தெரிந்தது. உடல் முழுவதையும் மூடியிருந்த நீலப் பட்டுப்புடைவை தெரிந்தது. வெளியில் தெரிந்த விரல்களின் நுனியில் பவழச் சிவப்பு, நிறமான நிறம். அப்புறம் ஒட்ட வைத்துக்கொண்ட கால் மடங்கல், பாதங்கள் தெரிந்தன. இரண்டு தாமரைப் பூக்கள்போல்.

அப்பா, 'ஏதாவது கேட்கணும்னா கேளு!'என்றார். ஒரே ஒரு தடவை நிமிர்ந்தாள். அண்ணாசாமி பார்த்தான்!

தூரத்திலிருந்த ஜன்னல் அருகிலிருந்து, மூர்த்தியும் பார்த்தான். 'அடப்பாவி!' என்று திகைத்தான். 'அண்ணாசாமிக்கு இப்படிப் பட்ட பெண்ணா! இத்தனை அழகா!' எதிரே உட்கார்ந்திருந்த அண்ணாசாமிக்கு நல்ல கறுப்பான தேகம். ஆரியத் தன்மை எதுவும் இல்லாத திராவிட பிராமணன் (சின்ன வயதிலிருந்தே ஸ்காலர்ஷிப்களில் எப்போதும் ஏழைமையின் விளிம்பில் வளர்ந்தவன்). சதுர முகம். அவன் சிரிக்கும் பொழுது அவன் கண்களும் சேர்ந்து சிரிக்கும். அவன் முகத்தில் அழகான அம்சம் என்று சொல்லக்கூடியது ஏறக்குறைய அது ஒன்றுதான். சின்ன மூக்கு. சிரித்தால் பற்கள் வெளிச்சம் போடும்.

இவனுக்கு இவளா? என்ன ஓர் அபத்தம்! என்ன ஒரு குரூரமான சொர்க்கத்து நகைச்சுவை இது. இத்தனை அழகான பெண்ணை

இவன் எப்படிச் சமாளிக்கப் போகிறான்? கிருஷ்ணமூர்த்திக்குப் பொறாமையுணர்ச்சியும் அதனால் தன் மேல் சற்றுக் கோபமும் ஏற்பட்டது. ஆனால், அந்தக் கல்யாண ஏற்பாட்டில் மெலிதான ஓர் அநியாயம் இருப்பதாக நினைத்தான். அதை எப்படிச் சரிப்படுத்த முடியும்? அதைச் சரிப்படுத்த தனக்குத் தகுதி இருக்கிறதா என்பது கூடத் தெளிவாக இல்லை. அண்ணாசாமி அதிர்ஷ்டக்காரன்.

அண்ணாசாமி தனக்கெதிரே உட்கார்ந்திருந்த பெண்ணைப் பார்த்தான். 'எனக்கா! இவளா இந்தப் பெண்ணா! இத்தனை அழகான பெண்ணா!' என்ற உற்சாகமான எண்ணம் எழுந்தாலும், அவன் உள் மனத்தில் ஒரு சின்ன நெருடலும் இருந்தது. அவளை நைசாகப் பார்க்கவேண்டும் என்று விரும்பினான்.

நேராக நிமிர்ந்து பார்த்து, என் முகத்தைப் பார்த்து, தனக்குப் பிடிக்கவில்லை என்றால் இப்பொழுதே சொல்லி விட வேண்டும். என்னைப் பூரண சம்மதத்துடன் ஏற்றுக்கொள்வாளா என்பது தெரியவேண்டும். எப்படி, எப்படி? இதையெல்லாம் அத்தனை பேர் மத்தியிலும் கேட்பது?

'பாட்டுப் பாடுவா, வீணை வாசிப்பா, அப்புறம் பேப்பர்ல பொம்மைகள் செய்வா...'

இதெல்லாம் ஒண்ணும் வேண்டாம். வெறுமே நின்றால் போதும். அதுவே இந்த அழகான ராணிக்குப் போதும்.

'என்ன பேர்?' என்றான் சற்று ஹீனமாக.

'வேணி' என்றார் அப்பா. 'முழுப் பெயர் கிருஷ்ணவேணி.' 'அண்ணாசாமி! என் பெயர் நன்றாக இல்லை. அசோக்குமார் என்று மாற்றிக்கொள்ள வேண்டும். திருமதி வேணி அண்ணா சாமி நன்றாகவே இல்லை. இருந்தும் என் பழைய பெயருடன் என்னை நேசிக்கிறவளாக இருக்கவேண்டும். அப்பொழுதுதான் நல்லது. கேட்டு விடவேண்டும். கேட்டு விடு கேட்டு விடு.' மூர்த்தியைப் பார்த்தான். அவன் கண்களில் தெரிந்த உணர்ச்சியைப் புரிந்துகொள்ள முடியவில்லை. எத்தகைய அன்னியோன்ய நண்பன் அவன். இரண்டு பேரும் ஒரே அறையில் மூன்று வருடங்கள் வாழ்ந்தவர்கள். சொக்காய் மாற்றிப் போட்டுக்கொள்வார்கள். கைலி மாற்றுவார்கள். கணக்கெழு

தாமல் ஒருவனுக்கு ஒருவன் செலவழிப்பான். செக் எழுதுவான். மிக மிக அந்தரங்க விஷயங்கள் பற்றியும் பேசிக்கொள்வார்கள்.

'ஸார், உங்களோட தனியாகப் பேசணும்.'

மாமனார் தனியாக வெளியே வந்தார். வாசற்படியைத் தாண்டி தெருவில் சற்று தூரம் நடந்தார்கள். அண்ணாசாமி மெதுவான குரலில், 'நிஜமாக நீங்க பதில் சொல்லணும். உங்க பெண்ணைப் பார்த்தேன். பேசலை. முதலில் எனக்கும் அவளுக்கும் ஜோடிப் பொருத்தம் கொஞ்சம்கூட இல்லை. என் நிறத்தை நீங்க பாருங்க. பொண்ணு நல்ல சிவப்பா இருக்கா. நல்ல அழகா இருக்கா. அவளைக் கல்யாணம் செஞ்சுக்க நிறைய பேர் காத்துக்கிட்டு இருப்பாங்கன்னு எனக்கு நிச்சயம் தெரியும். பின் ஏன்?...'

'அப்படின்னா உங்களுக்குச் சம்மதம் இல்லையா?'

'சேச்சே எனக்கு... எனக்குப் பரிபூர்ண சம்மதம். எனக்கு இத்தனை அழகான ஒரு பெண்ணா! மை காட்! நம்ப முடியாத பிரமிப்பில் இருக்கேன். அவளுக்கு நான் அருகதையாங்கறதுதான் எனக்குப் புரியலை. நான் ஒரு சாதாரண குமாஸ்தா. இவளைக் கல்யாணம் செய்துண்டா இவளை நான் வேலைக்கு அனுப்ப வேண்டிய ஸ்திதிகூட ஏற்படும். கல்யாணம் செஞ்சுக்க நான் நிச்சயம் தயார். ஆனா உங்க பெண்ணோட எனக்கு ஒரே ஒரு வார்த்தை கேட்கணும். இதோ பார்,என்னப் பாரு! நல்லாவே பாரு! என் மூஞ்சியைப் பாரு. என் நிறத்தைப் பாரு! என் சம்பளத்தைப் பாரு. நல்லா பார்த்து, தீர யோசித்து முடிவு பண்ணு. நிஜமாகவே என்னைக் கல்யாணம் செஞ்சுக்க உனக்கு விருப்பமான்னு அவளைக் கேட்டே ஆகணும். அதுக்குப் பதில் அவள் வாயால் என்னை நேராப் பார்த்துச் சொல்லியாகணும்!'

'அவகிட்ட சொல்றேன் இதை. சொல்லற தகவலைத் தெரிஞ்சுண்டு வரேன். கொஞ்சம் இந்தத் திண்ணையில் உட்கார்றீங்களா?. நேர பேச மாட்டா. அது இந்தச் சந்தர்ப்பத்துல நல்லதில்ல'என்று அவர் உள்ளே சென்றார்.

ஓரத்தில் தூரத்தில் நின்றுகொண்டிருந்த மூர்த்தி வந்து, 'என்னடா சாமி?' என்றான்.

'பெண்ணைப் பார்த்தேன்.'

'ஆமாம் அழகா இருக்கா.'

'நீ என்ன சொன்னே?'

'எனக்குச் சம்மதம். அவளுக்குச் சம்மதமான்னு கேட்கச் சொன்னேன்.'

'அவ உன்னைப் பார்த்தாளா?'

'இல்லை. பார்த்துட்டுச் சொல்லச் சொன்னேன்.'

'நல்ல காரியம் செஞ்சே'என்றான் மூர்த்தி. அவன் குரலில் மெலிதாக உற்சாகமிருந்தது. அவர்கள் இருவரும் காத்திருந் தார்கள். தெருவிலிருந்து பல முகங்கள் அவர்களை வேடிக்கை பார்ப்பதை உணர்ந்தான்.

'இந்தப் பொண்ணு மட்டும் எனக்குக் கிடைச்சான்னா...'

'ரொம்ப ரொம்ப அதிர்ஷ்டம் என்றுதான் சொல்லணும்' என்றான் மூர்த்தி. அவன் எண்ணங்கள் விரைந்தன. பொண்ணுக்குத் தகப்ப னார் வெளியே வருவதாகவும், வந்து சாமியைப் பார்த்து, 'ஸாரி சார், என் பெண் உங்களைப் பார்த்ததிலேர்ந்து கொஞ்சம் அடம் பிடிக்கிறா. கூட வந்தாரே அவரை வேணும்னா கல்யாணம் செய் துக்கறேன்னு சொல்லறா. ஸார் உங்க பேர் என்ன?'

மூர்த்தி, 'நானும் இவனைப் போலத்தான் சம்பளம். இங்கேயே தான் எனக்கும் பூர்வீகம். கொஞ்சம் சொத்து இருக்கிறது...'

'நீ... நீங்கள் கொஞ்சம் தனியாக வர்றீங்களா' என்று அண்ணா சாமியை, பெண்ணுக்கு அப்பா கூப்பிட்டார்.

சாமி அவருடன் செல்ல பரீட்சை ரிசல்ட்டுக்குக் காத்திருக்கும் மாணவன் போல் உணர்ந்தான். மூர்த்திக்கு நிச்சயம் அது தெரிந்து விட்டது. 'அந்தப் பெண் அண்ணாசாமியை நிராகரிக்கப் போகிறாள். இதோ என்னைக் கூப்பிடப் போகிறார்கள். என்னைப் பார்க்கிறார் பெண்ணின் அப்பா... எனக்காகத்தான் வருகிறார்...'

அவர் அண்ணாசாமியின் தோளில் கை வைத்துத் தனியே அழைத்துச் சென்றார், பேசினார்.

அவர் கைகள் அசைவதும் சாமி மௌனமாக முக மாறுதலின்றி கேட்டுக்கொண்டிருப்பதும் தெரிந்தது. மெதுவாக அவன்

முகத்தில் ஒரு புன்னகையின் பாதி உருவாகி, சிரிப்பாகி, சந்தோஷமாக விரிந்தது.

'மூர்த்தி கை குடுடா சம்மதிச்சுட்டா. அவர் இந்த மாதிரி கேட்ட திலேயே எவ்வளவு நல்லவர், எவ்வளவு பெருந்தன்மையுள்ள வர்னு தெரிஞ்சு போச்சு. அவரைக் கல்யாணம் பண்ணிக் கறதுக்குப் பரிபூரண சம்மதம்னு சொல்லிட்டாளாம். மூர்த்தி எனக்கு எவ்வளவு சந்தோஷமாக இருக்கு தெரியுமா? அப்படியே திடீரென்று இந்த உலகம் பூராவும் எனக்குச் சொந்தமாயிட்ட மாதிரி தெரியுது மூர்த்தி. நான் எவ்வளவு அதிர்ஷ்டக்காரன்...'

மூர்த்தி, 'கங்கிராஜுலேஷன்' என்றான். அவனுக்குள் ஏதோ ஒன்று படக் என்று அறுந்தது.

2
மூர்த்தி

மூர்த்தி மௌனமாகவே இருந்தான். அவன் மனம் முழுவதும், உடல் முழுவதும் விரவியிருந்த உணர்ச்சி அவனுக்குப் புதிதாக இருந்தது. பொறாமையா... சே! பொறாமை. தப்பு. எதற்காகப் பொறாமைப் பட வேண்டும்? இந்த உலகத்தில் இந்தப் பொண்ணை விட்டால் எத்தனையோ அழகிகள் இருக்கிறார்கள். இருந்தும் இந்தப் பயலுக்குப் போய் இப்படி ஓர் அதிர்ஷ்டமா? அதுதான் ஆத்து ஆத்துப் போறது சே! சாமி பாவம்! அவனுக்கு ஒரு நல்ல காரியம் நேர்ந் தால், நான் ஒரு நண்பன் என்ற முறையில் சந்தோஷப் பட வேண்டும். எதற்காக இப்படி உள்ளுக்குள் வேகிறேன்?

'மூர்த்தி, என்ன பேசவேயில்லை?'

'தலைவலி.'

'பஸ் கிளம்ப இன்னமும் பத்து நிமிஷம் இருக்கு. தலைவலி மாத்திரை வாங்கி வரட்டுமா?'

'வேண்டாம், சரியாயிடும்.'

'வீடு பார்க்கணும். மைலாப்பூர் பக்கம் வாடகை அதிகமாக இருக்கும் இல்ல. இப்பவே கேஸ், ரேஷன் கார்டு எல்லாம் ஏற்பாடு பண்ணவேண்டும். அப்பறம் பால் கூப்பன். மூர்த்தி நீ என் வீட்டுக்கு

வருவ இல்லை, நல்ல காபி போட்டுத் தருவா. நல்லாப் போடு வான்னு மாமனார் சொன்னார். ஏழைக் குடும்பம். வரதட்சணை மூச்சு! பேசப்படாதுன்னு சொல்லிட்டேன். கல்யாணச் செலவில் பாதி நான் ஏத்துக்கிறேன். சிம்பிளாகவே கல்யாணத்தை முடிச் சுடலாம் என்று சொல்லிட்டேன். நீ என்ன சொல்ற?'

'கரெக்ட்!'

'அன்புள்ள ஐயா, உங்கள் பொண்ணுக்குப் பார்த்திருக்கும் அண்ணாசாமி என்பவரைப் பற்றிச் சில விஷயங்கள் சொல்ல வேண்டியிருக்கிறது. உண்மையின் பெயரில் கட்டாயமாகிறது. அவனுக்குக் குடிப் பழக்கம் இருப்பது உங்களுக்குத் தெரியாமல் இருக்கலாம். ஏற்கெனவே கல்யாணமாகி ஒரு குழந்தை இருப்பதை உங்களுக்குத் தெரிவிக்க விரும்புகிறேன். இதை போட்டோ ஆதாரங்களுடன் என்னால் காண்பிக்க முடியும். உங்கள் மகளின் நலனைக் கருதி இந்தக் கல்யாணத்தை உடனே நிறுத்தும்படி சொல்கிறேன்—இப்படிக்கு உண்மை விளக்கி...'

'என்ன யோசிக்கிறே?'

'உனக்கு என்ன பரிசு கொடுக்கலாம்னு?'

'நீ கல்யாணத்துக்கு வந்தாலே அதுவே பெரிய பரிசு!'

'வரேன்!' அந்த எழுதாத கடிதத்தை மனத்தில் கிழித்துப் போட்டான். 'சே! என்ன ஒரு கிராதகன் நான். யார் யாரைக் கல்யாணம் செய்துகொண்டால் எனக்கென்ன?' இருந்தும் இருந்தும்....

இவனுக்குப் போய் இந்த அதிர்ஷ்டமா?

'கூடாது.'

'கூடாதென்று சொல்ல நீ யார்?'

'சூழ்நிலை சந்தர்ப்பங்கள் சற்று வேறுவிதமாக இருந்தால் எனக்கு அவள் கிடைத்திருக்கலாமல்லவா?'

'சாமி, எப்ப நீ இவங்கள முதலில் பார்த்தே?'

'யாரை?'

'உன் எதிர்கால மாமனாரை.'

'மாமனார்ன்னே சொல்லலாம், நிச்சயம் ஆய்டுத்தே!'

'இருந்தாலும் கல்யாணம் ஆற வரைக்கும் எதிர்கால மாமனார் தானே.'

'எனக்கு என்னமோ நாளைக்கே கல்யாணத்தை முடிச்சுடலாம்ன்னு தோணுது... தை மாதம் வரை காத்திருக்கணுமாம். ஸில்லி!'

'எப்ப அவர்களைப் பார்த்தே?'

'போன மாசம் பதினஞ்சாம் தேதி.'

'எப்படி?'

'நம்ம ஆபீஸ் பாலு இல்லே, அவர் சொன்னார். இதில் ஒரு வேடிக்கை பாரு. நாம ரெண்டு பேருமே ஆபீஸ்ல எலிஜிபில் பாச்லர்ஸ்! உன்னைத்தான் முதலில் ஸஜஸ்ட் பண்ண இருந்தார். அன்னிக்கு உன்னைத் தேடிண்டுதான் வந்தார். நீ அன்னிக்கு லீவுல இருந்தே. அதனால் பக்கத்து டெஸ்கில் இருந்த என்னைக் கேட்டார். ஜாதகம் வேணும்னார். நான் எங்க அப்பா அட்ரஸ் கொடுத்தேன். எழுதி ஜாதகம் வாங்கிண்டு பொருத்தம் பார்த்திருக்கார். அவர்களுக்கு ஜாதகத்தில் ரொம்ப நம்பிக்கை. எல்லா அம்சங்களிலேயும் பொருந்தியிருக்காம். எங்க ரெண்டு பேர் ஜாதகமும்... விதி... பார்த்தியா!'

'ஆம் விதி. குரூரமான விதி!'

'சொர்க்கத்தில் நிச்சயமாகிறதுன்னு அவர் சொல்லறது என்னமோ உண்மைதான்!'

மூர்த்திக்கு உள்ளே அந்தத் தீ பற்றிக்கொண்டு அங்கங்கள் சகலத்தையும் வியாபித்தது. எனக்குக் கிடைக்க வேண்டியவள் இவனுக்கா!

'என்ன செய்வது? என்ன செய்ய முடியும்? அந்தக் கடிதத்தை எழுதி விடலாமா? எழுதி விடலாம்... யோசித்துச் செய்யலாமா? யோசனை ஏன்? துரோகம் அல்லவா? துரோகம் எனக்கு இழைக்கப்பட்டதே! அந்தப் பாழாப் போன பாலு ஒருநாள் தாமதித்திருக்கக் கூடாதா? ஒரே ஒரு நாள்... இருபத்தி நான்கு

மனைவி கிடைத்தாள் | 19

மணி நேரம்... இந்தக் கல்யாணத்தை நடக்க விடாமல் செய்து விட வேண்டும்.'

'முதல் முகூர்த்தம் எதுவோ அதில் பார்த்து ஏற்பாடு பண்ணி டுங்கன்னு சொன்னேன். மூர்த்தி ஊருக்குப் போய்ச் சேர்ந்த உடனே முதல் காரியமா வீடு பார்த்தாகணும்! எனக்கு ஹெல்ப் பண்றியா?'

மூர்த்தியின் மனத்தில் பளிச்சென்று ஒரு யோசனை தோன்றியது. 'ஒரு வீடு கைவசம் இருக்கு' என்றான்.

'அப்படியா? எங்கே?'

'எனக்குத் தூரத்து உறவுக்காரங்க ஒருத்தர் டெல்லிக்கு மாற்றலாகிப் போறாங்க. சொந்த வீடு. ரெண்டு வருஷத்தில் பிரேமாஷனாகித் திரும்பறதுக்கு சான்ஸ் இருக்காம். அதனால் நீ ஒரு கேர் டேக்கர் மாதிரி இருந்து ஷார்ட் நோட்டிஸ்ல காலி பண்றவங்க யாராவது இருந்தா வாடகைக்கு விடுன்னு சொல்லி யிருக்காங்க! அதை எடுத்துக்கலாம். பெரிய வீடு!'

'கிரேட் மூர்த்தி... வாடகை?'

'வாடகையை அப்புறம் முடிவு பண்ணலாம். உன்னால் எவ்வளவு குடுக்க முடியுமோ அதைக் கொடு. மூணு ரூம் பிளாட். அண்ணாமலைபுரத்தில். ஒரு ரூம்ல நான் இருந்தாகணும். மற்ற ரெண்டு ரூம், கிச்சன், டைனிங் ரூம் எல்லாம் நீ உபயோகப் படுத்திக்கலாம். இரண்டு வருசத்துக்குப் பழுதில்லை. அதுக் குள்ள...'

'ஓ காட்! என்ன ஒரு அதிர்ஷ்டக்காரன் நான் மூர்த்தி... யு ஆர் அன் ஏஞ்சல்!'

'நான் உடனே போய் அவங்களைப் பார்க்கறேன்!'

'நானும் வரட்டுமா?'

'வாயேன்!'

'மூர்த்தி, அப்படியே உன்னைக் கட்டிக்கணும் போல இருக்கு.' மூர்த்தியின் மனத்தில் அந்தப் பெண், என்ன பெயர், வேணி! தோன்றினாள்.

'எனக்கும் அப்படித்தான் இருக்கு.'

அந்தப் பாவம் மெதுவாக வடிவெடுக்கத் தொடங்கியது.

'இப்போது கிடைக்காவிட்டாலென்ன, கிடைக்காமலா போய் விடுவாள்? இரண்டு வருடம் இருக்கிறதே! முதல் காரியமாக அந்த வீட்டை ஏற்பாடு பண்ணவேண்டும். எப்போதோ சொல்லி வைத்திருந்தார்கள். அவர்கள் வேறு ஏற்பாடு எதுவும் செய்யாமல் இருக்கவேண்டும். சீக்கிரம் போய்ச் சந்திக்கலாம், உறவுக்காரர்களை.'

3
வேணி

'மாப்பிள்ளையைச் சரியாப் பார்த்தியாடி?'

'ம்.'

'நிறம் கொஞ்சம் கம்மியில்லை?'

'எனக்கு சேப்பா இருக்கிறவங்களைக் கண்டா பிடிக்காதும்மா.'

'நீயே சேப்பு!'

'அதனாலதான் சொல்றேன்.'

'எனக்கென்னமோ நீ நிமிர்ந்து பார்த்தையா, இல்லையான்னு சந்தேகமா இருக்கு!'

'பார்த்தேம்மா, நான் பார்த்ததை ஒருத்தரும் பார்த்திருக்க மாட்டாங்க!'

'ஏன்னா... கூட வந்த பையன் கொஞ்சம் நன்றாகவே இருந்தான் இல்லே?'

'ம்! இப்ப அதைப் பத்தி என்ன பேச்சு?'

'ஏண்டி நீ அவனைப் பார்த்தியோ?'

'ம். பார்த்தேனம்மா! பிடிக்கலை.'

'ஆத்ம சினேகிதனாம்.'

‘இருக்கலாம். அந்த ஆளுடைய பார்வை சரியில்லை!’

‘எல்லாத்தையும் ஒரு பார்வையிலே கிரகிச்சு வெச்சிருக்கா. எத்தனை பேரை வேண்டாம்னு சொல்லியாச்சு! நம்ம வீட்டுப் பொண்ணுக்கும் கல்யாணம் ஆகுமான்னு எனக்குக் கவலையாகக் கூட இருந்தது...’

‘நான்தான் சொன்னேனேம்மா... எனக்கு ரொம்ப அழகா இருக்கறவங்களைக் கண்டா பிடிக்காதுன்னு!’

‘என்னவோ ஸைகாலஜி. இத பார் வேணி. அவர்கிட்ட நாம சம்மதம்னு சொல்லியாச்சு. தெரியுமில்லை?’

‘தெரியும்மா. எனக்குச் சம்மதம்தான்.’

‘நீ எப்படி ஜட்ஜ் பண்றேன்னு, எனக்குப் பிடிபடவே இல்லை.’

‘கண்ணைப் பார்த்தப்பா!’

‘எனக்கென்னவோ அந்தப் பையன் சரிப்பட்டு வரும்னு தோணித்து. அவனுக்குக் கல்யாணம் ஆகலையாம்...’

‘இப்ப அந்தப் பேச்சே வேண்டாம். ஜாதகம் எப்படிப் பொருந்தறது தெரியுமா? அவன் ஜாதகத்தையும் பாலு சார் அப்புறம் கொடுத்தார். அஷ்டமத்தில் சனி.’

‘அதெல்லாம் ஒண்ணும் முக்கியமில்லையப்பா!’

‘பின்ன எது?’

‘சொன்னேனே! எனக்கு இவர், இவர் பேரு என்னப்பா?’

‘அண்ணாசாமி... சாமின்னு கூப்பிடறா!’

‘சாமி, அவரைப் பார்த்ததும் தீர்மானமாயிடுச்சு அவர்தான்னு! அவரே உங்களை அந்தக் கேள்வி கேட்பார்னு நிச்சயம் எதிர் பார்த்தேன். அவரோட நேரா பேசக் கூடத் தயாராயிருந்தேன். உறவுக்காரங்க ஏதாவது சொல்வாங்கன்னுதான் தயங்கிட்டேன்!’

‘டிகாஷனும் பாலும் போல இருப்பீங்க’ என்று சிரித்தாள் அம்மா.

‘காபி நல்லா வரும்மா!’

'அப்படி ஒண்ணும் கறுப்பு இல்லைடி.'

'என்னப்பா அது?'

'கறுப்பு, வெளுப்பு, உயரம், குட்டை, அழகு, இதெல்லாம் ரொம்ப Superficial. நான் தேடினது எனக்குக் கிடைச்சுடுச்சுப்பா!'

'சந்தோஷம்.'

'அவனுக்கு எவ்வளவு சம்பளம்?'

'இருக்கும் எழுநூறு ரூபா.'

'சரியா கேட்டு வெச்சுக்க மாட்டீங்களா?'

'எல்லாம் போறும்மா. இல்லைன்னா நான் வேலைக்குப் போறேன். எனக்கு எல்லோரும் வேலை கொடுப்பாங்க சுலபமா.'

வேணியின் குரலில் மெலிதான வெறுப்பு இருந்தது. அழகின் வெறுப்பு அது. பருவம் வந்த தேதியிலிருந்து சேர்த்து வைத்துக் கொண்ட வெறுப்பு. ஒவ்வொரு நாளும் ஒவ்வொரு நேரமும் தன்னைப் பார்த்த பார்வைகள் சொன்ன கொச்சை, இச்சைகளில் கொஞ்சம் கொஞ்சமாகக் கற்றுக்கொண்ட வெறுப்பு. சாமி! ஒரு கணம் அந்த முகம் அவள் நினைவில் தத்தளித்தது. நிமிர்ந்து பார்த்துவிட்டாள். அந்தக் கண்களை நேராகச் சந்தித்து விட்டாள். பெண்ணே நான் அப்படிப்பட்டவன் இல்லை என்று சொன்ன கண்கள். அவள் தேடிக்கொண்டிருந்த ஒரே ஒரு பார்வை... அதை எப்படிச் சொல்வது? வார்த்தைகள் சுலபத்தில் சிக்கி விடாத விஷயம் அது. அதன் மகத்துவம் மிகவும் அந்தரங்கமாக அவளுக்கு மட்டுமே தெரியும். எனக்கேற்றவன் அவன்தான் என்று சட்டென்று ஒரு மிகக் கூர்மையான கத்தியின் ஒரே ஒரு வெட்டு போல் தெறித்த விடை- இவன்தான்.

வேணி அழகான பெண்! அழகான பெண்களுக்கென்றே சில பிரத்தியேக அவஸ்தைகளைத் தினம் அனுபவித்தவள். சினிமா ஜோடிகளையும் விளம்பர 'மேட் பார் ஈச் அதர்'களையும் தொடர் கதை நாயக நாயகிகளையும் நிறையப் பார்த்திருப்பார்கள். அழகு, ஆணழகன், எப்பொழுதும் அவர்களுக்கென்றே ஓர் இன்ப சாம்ராஜ்யம் ரெடிமேடாகக் காத்திருக்கும். இருபத்தி நான்கு மணி நேரமும் இன்பமும் சந்தோஷமும், அன்புடன் வாழும்

அந்தப் புத்தகத்தின் பொய்யை அடையாளம் கண்டுகொண்டு விட்டாள். நிஜ உலகத்தில் அவள் சந்தித்த ஆண் பிள்ளைகள்...

கேஸ் நெம்பர் ஒன்று - முகுந்தன். முப்பது கடிதங்கள் காவியங் களாக எழுதிவிட்டு... தனியாக ஒரு முறை சந்தித்தபோது முதல் காரியமாக மார்பில் கை வைத்த முகுந்தன்... அழகான பையன், நேராக அவனை முறைத்துப் பார்த்த பொழுது கண்கள் சரிந்து அத்தனை அழகும் ஐஸ்க்ரீம் போல உருகிப் போய்த் திடீரென்று குரூபியாகிவிட்ட முகுந்தன், முகத்தில் எச்சிலைத் துடைத்துக் கொண்டான்.

இரண்டு - வேணுகோபால். 'நாளைக்கு நான் தனியா இருப்பேன். அல்ஜிப்ரா கற்க வருகிறாயா?' சென்றாள். கற்றுத் தருவதற்குப் போய், ஆடையைப் பறித்தபோது, 'இத பாருங்க. இப்ப நீங்க என்னைச் சுலபமாக என்ன வேணும்னாலும் செய்துர முடியும். ஆனா விளைவை யோசிச்சுப் பாருங்க. நான் சத்தம் போட்டா என்னை உங்க வலிமையால் வாய் அடைச்சுடலாம். ஆனா சீக்கிரத்திலேயே நான் திரும்பிப் போயிடுவேன். முதல் சந்தர்ப்பத்திலேயே உங்க மனைவிகிட்ட சொல்லிடுவேன். உங்க பத்து வயசுப் பெண்கிட்ட 'இதப் பாரும்மா உங்கப்பா என்ன செஞ்சார் தெரியுமா'ன்னு தெளிவாகக் கேட்டிடுவேன். அதுக்கு நீங்க தயாரா?'

மூன்று - சமையற்காரன் சிவசங்கரன். 'வேணியம்மா ஒரே ஒரு தடவை என்னை ஒரு விரலால் தொட்டுடுங்க. அதுபோதும் எனக்கு. என் வாழ்நாளுக்கு அது போதும்!'

மெள்ள கையைப் பற்றித் தன் பக்கமாக எடுத்துச் சென்று அப் படியே திருப்பித் தோசைக் கல்லின் மேல்.

'சொய்ய்ய்...'

'சிவு! பத்து வருஷமா சமையல் செய்ற! கையை இப்படியா சுட்டுப்பே?'

'கல்லு இவ்வளவு சூடுன்னு தெரியாமப் போச்சு பெரியம்மா!'

கேஸ் நான்கு - ஆறுமுகம். 'சீ! படவா ராஸ்கல் இப்படி எட்டிப் பார்த்தியோ அடுத்த தடவை ஈர்க்குச்சி வெச்சு கண்ல குத் திடறேன் பாரு...'

ஐந்து - அம்பி. 'உனக்கு வயது பத்தாது. உனக்குப் புரியாத விஷ யங்கள் எல்லாம் படிக்காதே! கன்னாபின்னா புஸ்தகங்களை

எல்லாம் படிக்காதே. இப்ப அப்பாகிட்ட சொன்னா என்ன ஆகும் தெரியுமா? பின்னிடுவார். இன்னொரு தடவை அது மாதிரி செய்யாதே. உதைச்சுடுவேன். அழாதேடா. பொட்டை மாதிரி அழாதே!' ஆறுதல் சொல்லிவிட்டு அப்பாவிடம் சொல்லி விட்டாள்.

எத்தனை கண்கள்! எத்தனை பார்வைகள்!

முதல் தடவையாக வித்தியாசமான பார்வை. நேர்ப் பார்வை... பழுதற்ற பார்வை...

'சாமி, நான் உன்னை... உங்களை விரும்புகிறேன். என் சகலத்தையும் உங்களுக்குத் தருகிறேன். நாம் இரண்டு பேரும் தவிர்க்க முடியாத உடற் சங்கமத்துக்கு அப்புறம், மிக அப்புறம் சந்தோஷமாக இருக்க முடியும் என்று என் உள்ளுணர்வு சொல்கிறது. என்னுடைய மதிப்பீடு தவறாக இருக்க முடியாது. நிறையப் பார்த்துவிட்டேன்.'

வேணி உற்சாகமாகப் பாடினாள்.

4
கடிதம்

மூர்த்தி எவ்வளவு நல்லவன்! இந்த உலகம் எனக்கு சந்தோஷம் தந்திருக்கிறது. மாமனாரிடமிருந்து கடிதம் வந்துவிட்டது. தை மாதம் ஆறாம் தேதி, ஜனவரி இருபது கல்யாணம் நிச்சயம் பண்ணச் சத்திரத்துக்கு அட்வான்ஸ் கொடுத்துவிட்டார்கள். செலவுகளைப் பற்றி நீங்கள் கவலைப்பட வேண்டாம். கடவுள் புண்ணியத்தில் என்னால் இந்தக் கல்யாணச் செலவுகளைச் சமாளிக்க முடியும் என்று தோன்றுகிறது. என்னதான் நீங்கள் செலவைப் பகிர்ந்துகொள்வதை நியாயப்படுத்தினாலும் பிற்பாடு சில சிக்கல்கள்... உங்கள் உறவுக்காரர்களிடமிருந்தே வரலாம் என்றுதான்...

'அன்புள்ள மாமனாரே! உங்கள் பெண்ணுக்காக நான் என் உற்றார், உறவினர் எல்லோரையும் புறக்கணிக்கத் தயாராக இருக்கிறேன். உங்கள் பெண்ணை ஒரு பொக்கிஷம் போல் பாதுகாக்கிறேன். எனக்குக் கிடைத்த மற்றொரு பொக்கிஷம் மூர்த்தி. இனிய நண்பன். இனிய மனைவி. உலகத்தில் ஒருவனுக்கு வேறு என்ன வேண்டும்?'

மூர்த்தியுடன் அந்த வீட்டைப் பார்க்கப் போயிருந்தான். அடேயப்பா! வாசல் புறம் தனியாக ஓர் அறை இருந்தது. அதில்தான் மூர்த்தி இருக்கப் போகிறான். அப்புறம் ஹால் இடது பக்கம்,

பெட்ரூம், டைனிங் ரூம், மற்றொரு பெட்ரூம், சமையலறை, பூஜையறை. பளபள என்று மொஸைக். என் திருமண வாழ்க்கை என்னும் சொர்க்கத்தின் ஆரம்ப சாம்ராஜ்யம். நான் என்ன தவம் செய்தேன்? எனக்கு இப்படி ஒரு பவுசு கிடைக்க. பூர்வ ஜென்ம பலன் என்கிறார்களே அது இதுதானோ? மூர்த்தி எல்லா விதத்திலும் உதவி செய்தான்.

ஸூட் தைப்பதற்குத் துணி தேர்ந்தெடுத்தான். நல்ல டெய்லரிடம் அழைத்துச் சென்றான். பத்திரிகை அச்சடிப்பதற்கு ஒத்தாசை செய்தான். 'மூர்த்தி, நீ இல்லைன்னா நான் எப்படிச் சமாளிச்சிருப்பேன்னு தெரியலை. தக்க சமயத்தில் வீடு ஏற்பாடு பண்ணிக் கொடுத்ததைச் சொல்றதா... இந்த மாதிரி ஒவ்வொரு கட்டத்திலும் எனக்கு உதவி செய்ததைச் சொல்றதா? உன் கல்யாணத்துக்குக் கூட நீ இவ்வளவு தீவிரமா... சே நான் என்ன சொல்லறேன், உன் கல்யாணத்தில் நான் இதுக்கு மேல் ஓடியாடி உழைக்கப் போகிறேன். 'மூர்த்தி நீ ஒரு ஜெம்' என்று அவன் கையைப் பிடித்துக்கொண்டு தழுதழுத்தான். 'நீ எங்களோடேயே சாப்பிடலாம். என் வீடு உன் வீடு மாதிரி. உனக்கும் சேர்த்துத்தான் தினசரி சமையல். நல்லா சமைப்பாளாம் தெரியுமா? அழகா இருக்கற பொண்ணு சமைக்க மாட்டாள்னு சொல்லுவாங்க. இவ நல்லாவே சமைப்பாளாம். கடுதாசி எழுதியிருக்கா. நான் தைரியத்தை வரவழைச்சுண்டு ஒரு லெட்டர் எழுதிட்டேன் அவளுக்கு. அதைத் தப்பா நினைச்சுக்காம எக்ஸ்லண்ட்டா ஒரு லெட்டர் எழுதியிருக்கா தெரியுமா? வாசிக்கிறேன் கேளு.'

'அநேக நமஸ்காரம். உங்கள் கடிதம் கிடைத்தது. நீங்கள் ஆரம்பத்தில் சொல்லியிருப்பது போல் அவ்வளவு பெரிய தப்பில்லை. உங்கள் கடிதத்தில் தப்பாக எதுவுமில்லை. வீடு கிடைத்து விட்டது பற்றி மிகவும் சந்தோஷம். எனக்கும் இதில் ஒரு பெரிய எதிர்பார்ப்பு இருக்கிறது. தினமும் உடம்பைப் பார்த்துக்கொள்ளுங்கள். உங்கள் பொருளாதார விவரங்களை அறிந்துகொண்டேன். கவலைப்படாதீர்கள். உங்கள் சம்பளத்தில் என்னால் குடித்தனம் செய்ய இயலும் என்ற நம்பிக்கை இருக்கிறது. முடியவில்லை என்றால் எனக்கு வேலைக்குப் போகவும் சம்மதந்தான்.

ஜனவரி 20க்காக நானும் காத்திருக்கிறேன்... பிரியமுள்ள வேணி.'

‘எழுத்து பார்த்தியா கண்ணுல ஒத்திக்கற மாதிரி.’

மூர்த்தி ‘ம்’ என்றான். ‘நான் ஒரு ரூம்ல இருக்கப் போறதைப் பத்தி அவளுக்கு எழுதினயா?’

‘இல்லை.’

‘ஏன்?’

‘நீ யாருன்னு அவளுக்கு இன்னமும் தெரியாதே. நீ யாரு? எனக்கு எப்பேர்ப்பட்ட நண்பன்னும் முதல்ல எழுத வேண்டாமா? வாசல் ரூம்ல என் ஃப்ரண்ட் ஒருத்தர் இருக்கப் போறார்னு மட்டும் எழுதினேன். அவ வந்தா உனக்கு ஃபார்மலா அறிமுகம் செஞ்சு வைச்சுட்டு உனக்கு விருந்து சாப்பாட்டு போட்டுட்டு சோளாவில்...’

மூர்த்தி மௌனமாக இருந்தான்.

‘கல்யாணம் ஆனவுடன் பெங்களூர் போகப் போகிறோம். அங்கிருந்து மைசூர் பிருந்தாவன் கார்டன். அப்புறம் ஊட்டி. எல்லா இடத்திலேயும் குளிருமில்லே பரவாயில்லை. போய்ட்டு மாசக் கடைசியில் திரும்பி வந்திடுவோம். அதுக்குள்ளே நீ மூவ் பண்ணிடலாம். எங்களை வரவேற்க நீ வீட்டில் இருந்தா எவ்வளவு சந்தோஷமாக இருக்கும் தெரியுமா, என்ன சொல்றே?’

‘சரி’ என்றான்.

‘கல்யாணத்துக்குப் பதினெட்டு நாள் லீவு போட்டுட்டேன். நீ எப்ப வர்றே?’

‘நான் முதல் நாள் வந்துடறேன்.’

‘அதுக்கு முன்னாடியே வர முடியாதா?’

‘பார்க்கலாம்.’

‘மூர்த்தி.’

‘என்ன?’

‘தாங்க்ஸ்.’

‘தாங்க்ஸ் எதுக்கு சாமி, எனக்கும் உனக்கும்...’

'என்ன? உனக்கும் கல்யாணம் நிச்சயம் ஆகப் போகிறதா சொல்லிடு. ரெண்டு பேருமே ஃப்ளாட்டை ஷேர் பண்ணிக்கலாம். கவலைப்படாதே...'

'இல்லை. எனக்கு இப்ப இல்லை கல்யாணம்.'

'ஏன்?'

'இப்ப பண்ணிக்க இஷ்டமில்லை. பரீட்சை பாஸ் பண்ணிட்டுச் செய்துக்கலாம்ன்னு.'

'அதுக்கும் இதுக்கும் என்ன, யு மஸ்ட் மாரி மூர்த்தி.'

'ஏற்கெனவே கல்யாணம் ஆன மாதிரிப் பேசறியே.'

'இன்னும் நாற்பது நாள். நாற்பது நாள்...'

'இன்னும் நாற்பது நாள்தான். அதுக்குள் ஏதாவது செய்ய வேண்டும். நான் திட்டமிடுவது தப்பு. மஹா தப்பு! பாவம். குற்றம். பெரிய குற்றம். கோயிலுக்குப் போய்க் குளித்து விட்டு, திருநீர் அணிந்து சேவித்து மனசுக்குள் மூன்று மணி நேரம் மன்னிப்பு கேட்கவேண்டும். சே! நினைக்காதே. அதைப் பற்றி நினைக்காதே. அதைப் பற்றி நினைக்கவே நினைக்காதே.'

நினைப்பதில்லை என்று தீர்மானித்த விஷயத்தில்தான் மனம் திரும்பத் திரும்ப லயித்தது. ஆரம்பக் காலத்தில் எந்தவிதச் சந்தேகமும் ஏற்படுத்தக்கூடாது.

எச்சரிக்கை. அவர்களைத் திரும்பிக் கூடப் பார்க்கக்கூடாது. தான் உண்டு தன் காரியம் உண்டு. இவர்களுடன் சாப்பிடக்கூடாது. ஓட்டலில்தான் சாப்பிட வேண்டும். தனியாக அவளுடன் இருக்கும் சந்தர்ப்பம் ஏற்படுத்தக்கூடாது. முதலில் விட்டுப் பிடிக்கவேண்டும். அப்புறம் அப்புறம்தான்...

அந்தத் திட்டத்தில் முதல் கட்டம்... முதன்முதலில்... பேப்பரில் ஒரு விளம்பரம். அது மூர்த்தியின் மனத்தில் தெளிவாக இருந்தது.

அப்படி நினைக்காதே என்று எத்தனை தடவை சொல்வது? தப்புடா தப்பு.

'இவனுக்குப் போய் இப்படி ஒரு மனைவியா?'

மூர்த்தி! உதவாது. உருப்பட மாட்டாய். மஹா பாவம். முதலில் விளம்பரம். அப்புறம் விலகு, சைத்தான் விலகு. விளம்பரத்தை அவர்கள் பார்க்கவில்லையென்றால்....

பார்க்க வைத்து விடலாம். திட்டத்தின் முதல் அங்கம் விளம்பரம். நிதானமாகச் செயல்படு. ஒன்றும் அவசரம் வேண்டாம். நாற்பது நாள்கள் இருக்கின்றன. நாற்பது முழு நாள்கள்.

நினைக்காதே. மஹா பாவம். துரோகம்.

5
திருமணம்

அமைதியான திருமணம். சாமியின் தரப்பிலிருந்து அப்பா, அம்மா, அக்கா, சித்தி குடும்பத்தினர் எல்லோரும் ஸ்பெஷல் பஸ்ஸில் குதூகலமாக வந்தார்கள்.

'சாமி பொண்ணு ரொம்ப அழகாமே!'

'திருஷ்டி சுத்திப் போடணும்!'

'ஏண்டா சாமி ஒரு மாதிரி இருக்கே?'

'ஒண்ணுமில்லே சித்தி. என் டியர் ப்ரெண்டு ஒருத்தன் வரணும். இன்னமும் வரலை.'

'மூர்த்திதானே வந்துருவாண்டா! வராம எங்க போறான்?'

'அவன்தான் வீடு பார்த்துக்கொடுத்தானாமே!'

'ஆமாம். அந்தப் பிள்ளை ரொம்ப ஒத்தாசை!'

'வராமப் போயிடுவானோ பார்க்கிறேன். ஆபீஸ்ல பிடி பிடிச்சுடுவேன்!'

'வந்துருவாண்டா.'

காரில் ஜானவாசம் போய் வந்து பெண் வரக் காத்திருந்தபோது, அவன் கண்கள் மூர்த்தியைத் தேடின.

'ஏன் இன்னும் வரலை? ஆபீஸ்ல ஏதாவது அவசரமாக டூர் போகச் சொல்லிட்டாளோ? இருக்காதே! ஆடிட் சமயம் இது... இன்னும் ஏன் வரலை?'

'பெண்ணை கூட்டிண்டு வாங்கோ!'

பெண் வந்ததும் சர்வமும் மறந்துவிட்டது. பிரமிப்பில் ஆழ்ந்து விட்டான். 'என் அருகில் பவ்யமாக உட்கார்ந்திருக்கிறாளே இவள். நிஜம்தான். நிச்சயம் கனவல்ல. இதோ என் மேல் மெலிதாகப்படுகிறாள். அதிகாலை இவளுக்குத் தாலி கட்டப் போகிறேன். ஊர்ஜிதம்.' அவள் விரல் மோதிரம் தெரிந்தது. காலின் ஓரத்தில் சிவப்பு தெரிந்தது. நிமிர்ந்து திரும்பிப் பார்க்கத் தயக்கமாக இருந்தது. ஒரே ஒரு சந்தர்ப்பத்தில் 'உன் கையெழுத்துக் கூட அழகாக இருக்கு' என்றான். ஒரே ஒரு புன்னகை.

'பேசேன்.'

'நாளைக்கு' என்று ஒரே ஒரு வார்த்தை. 'போதும். ராப்பூரா பத்திரப்படுத்தி யோசித்துப் பார்க்க இந்த ஒரு வார்த்தை போதும். நாளைக்கு யார் வந்தா என்ன? வரா விட்டால் என்ன? எனது சொந்த சொர்க்கம் சாஸ்வதப்படுத்தப்பட்டுவிட்டது. இனி இவளுக்காக நான் எப்பொழுதும் அடிமையாகி விடுவேன். நில் என்றால் நிற்பேன். நட என்றால் நடப்பேன். மூர்த்தி ஏன் இன்னமும் வரலை? காலை வருகிறானோ என்னவோ? பரவா யில்லை. ஏதாவது முக்கிய காரணம் இருக்கும். இல்லாவிட்டால் கூட எனக்கென்ன? வேணி. இனி முழுவதும் இவள்தான் ஆக்கிரமிக்கப் போகிறாள்.'

அதிகாலை எழுந்து குளித்து சங்கல்பம் செய்துகொண்டு, வேஷ்டி கட்டிக்கொண்டு, மார்பைப் போர்த்திக்கொண்டு நெருப் பின் முன் அவள் கையைத் தொட்டபோது மெலிதாக இருந்தது. ஒரு சின்ன அறியாத புஷ்பம் போல, ஒரு பூனைக் குட்டிப் போல மெத் மெத்தென்ற கை, அதை ஒரு தடவை அழுத்திவிட்டான். 'ஸ்ஸ்' என்றாள். ஆயிரம் ஸாரி சொல்லிக்கொண்டான். தன் கைக்கும் அவள் கைக்கும் இருந்த வித்தியாசம் அவனைத் தாக்கியது. எல்லாரும் பார்க்கிறார்கள். எதிர் எதிரே அவள் முன் நிற்க, அவள் கண்களை ஒரு முறை சந்தித்ததில் அந்த மூக்கு, உதடு, உதட்டின் மேல் மெலிதான வியர்வை... மறுபடி அந்தக் கண்கள் சற்றே தாழ்ந்த பார்வை... அவளுடைய மிச்சத்தைப்

பார்க்கத் தயக்கமாக இருந்தது. காத்திரு... காத்திரு... ராத் திரிக்குக் காத்திரு...

மாங்கல்யம். ஆசீர்வாதத்துக்கு மெள்ளப் பந்தலில் நகர்ந்து கொண்டிருந்தது. முகூர்த்த வேளை நெருங்கியது. மூர்த்தி இன்ன மும் வரவில்லை. இனி வரமாட்டான் என்றுதான் தோன்றுகிறது.

அப்பாவின் மடியில் அவள் உட்கார்ந்திருக்க, போட்டோகாரரும் சாஸ்திரிகளும் போட்டியிட, பட்டுப்புடைவைகள் கிட்டே நெருங்க, கெட்டி மேளம் தட்டப்பட...

ஆஹா இவள் கழுத்து எவ்வளவு அழகு!

கல்யாணம் முடிந்தது. விருந்து முடிந்தது. மத்தியானம். மறுபடி ஸூட், சாயங்காலம் ரிஸப்ஷன். லோக்கல் பாட்டுக் கச்சேரி முடிந்தது. மிருதங்கத்துக்கு உறை போட்ட பின்னும் கூட மூர்த்தி வரவில்லை.

அப்புறம் மூர்த்தியை மறந்துவிட்டான்.

6

ஹனிமூன்

'இந்தா' என்றாள் அம்மா. அவள் கையில் ஒரு வாயல் புடைவை, 'இதை உள்ளே போனதும் மாத்திண்டுடு!'

உள்ளே சென்றாள். கதவைத் தாளிடும்போது சற்று விரசமாக உணர்ந்தாள். வெளியே எல்லாரும் இருக்கிறார்கள், திரும்பினாள்.

நின்றுகொண்டிருந்தான்.

நேராக நடந்து சென்றாள்.

இன்னும் நின்றுகொண்டிருந்தான். நிமிர்ந்தாள். சிரித்தாள்.

'உட்காருங்க' என்றாள்.

அவன் தன் உணர்வுடன் ஓரத்தில் உட்கார்ந்தான்.

'சரியா.'

சரியாக உட்கார்ந்தான்.

'என்னைப் பிடிச்சிருக்கா உங்களுக்கு?'

'அப்பா!'

'அப்பான்னா?'

'எனக்குச் சொல்ல வரலை!'

'என் பேர் என்ன சொல்லுங்கோ?'

'வேணி!'

'ரொம்பப் பழைய பேர் இல்ல?'

'சேச்சே! ப்யூட்டிஃபுல் நேம். என் பேர்தான் ரொம்ப மோசம். அண்ணாசாமி! என்ன ஒரு கர்நாடகமான பேர். ஏன்தான் இந்தப் பேரை வெச்சாங்களோ? சாமின்னு கூப்பிடு. அது கொஞ்சம் பரவாயில்லை.'

'நான் பேர் சொல்லி உங்களைக் கூப்பிட மாட்டேன்.'

'பின்ன எப்படி?'

'ஏ மிஸ்டர்ன்னு கூப்பிடட்டுமா?'

'சரி.'

'அது நல்லாயிருக்காது. இந்தாங்கன்னு கூப்பிட்டா அதுவும் சரியில்லை. ஏன்னான்னு கூப்பிடலாம். ப்ச்! சாமியே பரவா யில்லை. ஆனா புருஷன் பேர் சொல்லிக் கூப்பிடறதா? செல்லப் பேர் எதுவும் கிடையாதா உங்களுக்கு?'

'இருக்கு, சின்ன வயசில் இருந்து சீமான்னு கூப்பிடுவா எங்க அப்பா மட்டும்.'

'சீமா! தட்ஸ் இட்! டியர் சீமா, என்னைப் பாருங்க.' பார்த்தான்.

'நிமிர்ந்து பாருங்க.'

'நீ ரொம்ப அழகா இருக்கே.'

'அப்புறம்?'

'நீ ரொம்ப அழகா இருக்கே.'

'தொட்டுப் பாருங்க.'

'ஸாப்டா இருக்கு.'

'இங்க தொட்டுப் பாருங்க.'

'மெத்துன்னு இருக்கே.'

'அப்புறம் இங்கே.'

'சூடா இருக்கே.'

'இந்த இடத்தில்?'

'சிவப்பா இருக்கே.'

'இப்ப?'

'சொல்ல மாட்டேன்.'

'இது என்ன?'

'சொல்ல மாட்டேன்.'

'உங்களுக்குப் பிடிச்ச புத்தகம் எது?'

'வேணி.'

'படிங்க.'

முதலில் அட்டைப் படத்தைப் பிரித்தான், பிரித்தான். பொருள் அடக்கத்தைத் தேடினான். முதல் அத்தியாயத்தில் ஆரம்பித்தான். ஓவியங்களை ரசித்தான். கவிதைகளைத் தொட்டான். வார்த்தைகள், இடைவெளிகள், இடைச் செருகல்கள்.

படித்து முடித்து விட்டுப் பக்கத்தில் படுத்திருக்கும்போது, 'வேணி, உன்னை ஒண்ணு கேக்கணும்' என்றான்.

'தெரியும், என்னை நீ மனப்பூர்வமாகச் சம்மதிச்சுக் கல்யாணம், அதானே கேள்வி?'

'ஆமாம்.'

'இந்தச் சந்தேகம் வரக்கூடாது உங்களுக்கு. நான் ஏன் சம்மதிச் சேன்னு காரணத்தைச் சொன்னா உங்களுக்குத் தெளிவாயிடும். உங்க கண்ல இருந்த 'இன்னொசன்ஸ்'. அதுதான் என்னைத் தீர்மானிக்க வைச்சது' என்றாள்.

'எனக்கு நம்ப முடியலை வேணி. இப்பக்கூட கிள்ளி, கிள்ளிப் பார்த்துக்கறேன். சொப்பனமா, நிசமா, எனக்குப் போய்

இவ்வளவு அதிர்ஷ்டமா! இவ்வளவு அழகான மனைவியா, நான் என்ன தவம் செஞ்சேன்! பை திவே எனக்கு இரண்டு விதத்திலே அதிர்ஷ்டம். ஒண்ணு நீ. பின்னது மூர்த்தி. எவ்வளவு ஹெல்ப் பண்ணான் தெரியுமா? என்ன ஆச்சோ அவனுக்குன்னு கவலையாகூட இருக்கு. கல்யாணத்துக்கு வரலை.'

'மூர்த்தி யாரு? உங்க கூட பெண் பார்க்க வந்தாரே அவரா?'

'ஆமாம். அவன்தான். அவன்தான்.வீடு பார்த்துக் கொடுத்தி ருக்கான்!'

'அந்த வீட்டில் முன் ரூம்லே தங்கப் போறார்னு எழுதியிருந்தீர் களே! அவர்தானா?'

'ஆமாம்.'

வேணி மௌனமானாள். அவளுக்குச் சற்று அச்சம், கலவரம் ஏற்பட்டது.

'ஜெம் ஆஃப் எ மேன். கல்யாண ஏற்பாட்டுக்கெல்லாம் எத்தனை உதவி செய்தான் தெரியுமா? ஸூட் தைக்கிறதிலேயிருந்து ஆரம் பிச்சு ரேஷன் கார்ட், கேஸ், பால் கூப்பன், அப்பறம் எல்லாத்துக் கும் சிகரம் வைச்சாப்பில இந்த வீடு. நான் ரொம்ப அதிர்ஷ்டக் காரன்.'

கல்யாண ஏற்பாடுகளுக்கு ஒத்தாசை செய்கிறார் என்றால் நல்ல எண்ணமுடையவராகத்தான் இருக்கவேண்டும். சே! இதென்ன பயம்?

'மூர்த்தியை நீ பார்த்தியா அன்னிக்கு?'

'ம்.'

'வேணி! கிருஷ்ணவேணி!' என்று உச்சரித்துப் பார்த்துக் கொண்டான்.

'உனக்கு ஆட்சேபணை இல்லைன்னா, இன்னொரு தடவை உன்னைத் தொடட்டுமா?'

'தாராளமா, இதுக்கு நீங்க பர்மிஷன் கேட்க வேண்டாம்.'

'உன் இஷ்டம் இல்லாம நான் ஒண்ணுமே செய்யமாட்டேன்.'

'இந்த விஷயத்தில் என் இஷ்டத்தை சீசன் பாஸ் மாதிரி உங்களுக்குக் கொடுத்தாச்சி. வாங்க ஊருக்குப் போகலாம்.'

ஊர் தூரத்தில் மலையுச்சியில் மரகதப் பச்சை வயல்களுக்குப் பின் தெரிந்த தங்க தகதகப்பு. அதை நோக்கி இருவரும் ஓடினார்கள். ஒருவருக்கொருவர் தொட்டுக்கொண்டு, அப்புறம் ஒட்டிக் கொண்டு, பின்னிக்கொண்டு இப்போது வேகமாக, அதிவேகமாக அந்தத் தங்க வெள்ளத்தை அடைந்து ஒரு கணம் அவர்கள் இருவருக்குள்ளேயும் குபுக் என்று ஒரு வேதனைப் பந்து வெடித்து உடனே உடம்பெல்லாம் ஆக்ரமித்து ஊடுருவி...

அப்பாடா!

வேணி அவனைத் திருப்பினாள்.

'இப்ப சொல்லுங்க.'

'என்ன?'

'இப்ப என்னை உங்களுக்குப் பிடிச்சிருக்கா?'

'ஜாஸ்தி. முன்னை விட ஜாஸ்தியா!'

அங்கிருந்து ரயிலேறி பெங்களூர் சென்றார்கள். பரிச்சயமில்லாத குளிருக்குப் புதிதாக ஸ்வெட்டர் வாங்கினார்கள். ஒரே படுக்கையில், ஒரு போர்வையில் உறங்கினார்கள். மலர்களின் உள்ளே நடக்கும்போது எதிர்ப்படுபவர்கள் எல்லோரும் ஒரு முறை வேணியைத் திரும்பிப் பார்ப்பதை உணர்ந்து அவன் மிகவும் பெருமைப்பட்டான். இவள் என்னுடையவள் என்று அவள் மேல் பட்டு இடித்துக்கொண்டு சென்றான். எப்போதும் அவளைத் தொட்டுக்கொண்டிருந்தான். அவளும் சற்று அலுப்போ, சங்கடமோ காண்பிக்காமல் அவனைப் பார்த்த போதெல்லாம் புன்சிரிப்பாக இருந்தாள். அவள் படிக்கிற புத்தகங்கள் எல்லாம் அவனுக்குப் பிரமிப்பாக இருந்தன. தானும் எல்லா வாரப் பத்திரிகைகளிலிருந்து முன்னேறி அவளைப் போலச் சற்றுத் தீவிரமாகப் புத்தகங்கள் படிக்க ஆரம்பிக்க வேண்டும் என்று தீர்மானித்தான். புரியவில்லை என்றால் அவளை அர்த்தம் கேட்கவேண்டும். பாசாங்கு எதுவும் இன்றி அவளிடம் ஒரு பொய் சொல்லாமல் திறந்த, மிகத் திறந்த மனத்துடன் பழக வேண்டும். இந்தக் குறைந்த தினங்களில் இவள்

எத்தனை தந்திருக்கிறாள். ஒவ்வொரு நாளும் புதிது புதிதாக இவளிடம் இன்பங்கள், மகிழ்ச்சிக் கணங்கள் இருக்கின்றன.

பெங்களூர், மைசூர், ஊட்டி என்று ஊர் ஊராகச் சென்றாலும் அந்த நகரங்களின் அழகு அவனுக்குப் பெரிதாகப்படவில்லை. படகுப் பிரயாணங்களில், மலர்ப் படுக்கைகளில், பச்சைப் புல் வெளியில், மஞ்சள் படிந்த வானத்தில் இருக்கும் உற்சாகங்களை விட, அவளையே கண்கொட்டாமல் பார்ப்பதில் இருந்தது.

'இந்த ஹனிமூன் ட்ரிப் முழுவதும் உன்னையே பார்த்துக்கிட்டு இருந்திடறேன். உன்னை என் கண் முன்னாலே இருந்து ஒரு க்ஷணம் தப்பிக்க விடப் போறதில்லை.'

'தப்பிச்சுதான் ஆகணும்.'

'ஏன்?'

'வேலைக்குப் போகணும்! இல்லை திரும்ப ஊருக்குப் போக ணும். உங்களுக்கு இருக்கிற உத்வேகத்தைப் பார்த்தா உடனே என்னைக் கர்ப்பமாக்கிட்டுத்தான் மறு காரியம் பார்ப்பீங்க போல!'

'சே! உன் விருப்பம் இல்லாம நான் ஒண்ணு செய்வேனா?'

'என் விருப்பமும் இதில் இருக்கிறதினாலதான் கவலை.'

'வேண்டாம். நமக்குக் குழந்தையே வேண்டாம். நமக்கு இடையில் எதுவும் வேண்டாம்.'

'எனக்கு எட்டு குழந்தை வேணும்.'

'எல்லாம் பெண்.'

'சரிதான். உங்களுக்கு இருக்கிற தலை மயிரெல்லாம் முப்பதுக்குள் உதிரணுமா?'

சின்னச் சின்னதாக எதிர்காலக் கனவுகள் கண்டார்கள். 'ஒரு ரேடியோ வாங்க வேண்டும். முடிந்தால் ஸ்டீரியோ டெலி விஷன். என்ன விலை இருக்கும்? மிக்சி. ஒரு நாள் நான், ஒரு நாள் நீ என்று சமையல் செய்யலாம். எல்லா சிரமங்களையும் பங்கு போட்டுக்கொள்ள வேண்டும். ஆண்தான் உயர்வு என்று எந்த

மடையன் சொன்னது? வேணி நீ வேலைக்குப் போக வேண்டும் என்றால் நான் தடுக்கமாட்டேன்.'

'எனக்கு அப்படித்தான் தோன்றுகிறது. முதலில் ஓரிரண்டு வருஷம். குழந்தை பிறக்கும்வரை வேலைக்குப் போகப் போகிறேன். காசு, பணம் சேர்த்துக்கொள்ளலாம். அப்புறம் ரிஸக்னேஷன், குழந்தை எல்லாம் பார்த்துக்கொள்ளலாம்.'

'உன் இஷ்டம் வேணி!'

அவர்கள் எதிர்காலத்தை அந்த நிமிடத்தில் மூர்த்தி தீர்மானித்துக் கொண்டிருந்தான்.

7

மூர்த்தி

மூர்த்தி எதிலுமே தயங்குபவன். இந்தத் தயக்கம் அவன் கூடப் பிறந்த குணம். இன்று ஷேவ் பண்ண லாமா, வேண்டாமா என்பதிலிருந்து ஆரம்பித்து, ஒரு சிகரெட் பிடிக்கலாமா, ஒரு காபி சாப்பிட லாமா, பஸ்ஸுக்கு நிற்கலாமா? இதுபோன்ற தின வாழ்க்கையின் சாதாரணத் தீர்மானங்களில்கூட ஒவ்வொரு முறையும் தயங்குவான். மூர்த்தியின் சிறு வயதைப் பற்றிக் கொஞ்சம் பேசலாம். பிறந்த உடனே அவன் தாயார் இறந்து போனாள். அவன் அப்பா உடனே மறுகல்யாணம் செய்யாததால் வீட்டு வேலைக்காரி ஒருத்தி அவனை வளர்த்திருக் கிறாள். ஒரு வயதில் பலநாள் இரவு முழுவதும் யாருமே கவனிக்காமல் அழுதிருக்கிறான்.

நவீன மனோதத்துவர்கள் 'ஒரு குழந்தையின் மன அமைப்பு, குணாதிசயங்கள் எல்லாமே, அதன் முதன் மூன்று வருடங்களில் தீர்மானிக்கப்பட்டு விடுகின்றன' என்று சொல்கிறார்கள். அது சரி யென்றால் மூர்த்தியின் முதல் மூன்று வருடங்களில் கீழ்வரும் சம்பவங்கள் நிச்சயம் அவன் மனத்தைப் பாதித்திருக்க வேண்டும்.

ஒரு தடவை அப்பா அவன் அழுகையைத் தாங்க முடியாமல் அப்படியே கண்களில் தீயெழ விழித்து, குழந்தையை ஒரு கணம் மூச்சுத் திணற அழுத்தியது.

ஒரு தடவை படுக்கையில் குழந்தையை மூன்றடி தூக்கி 'தொப்' என்று ஆத்திரத்தில் எறிந்தது.

ஒரு தடவை தாங்க முடியாமல் குழந்தையை அறைந்தது.

அப்புறம் அந்தச் சித்தி என்பவள் சின்ன வயசில் அடிக்கடி தனியே அழைத்துச் சென்று துடையில் கிள்ளியது. கரண்டியால் லொட், லொட்டென்று தலையில் அடித்தது, எல்லாமே மூர்த்தியின் மனத்தை ஒரு விதத்தில் சேதப்படுத்தித்தான் இருக்கவேண்டும். இந்தச் சேதங்களின் ஒட்டுமொத்தமான இன்றைய மூர்த்தி ஓர் இன்ட்ரோவெர்ட். பெண்களைக் கண்டால் ஒருவித விருப்பு, வெறுப்பு, உணர்ச்சி உண்டாகும். ஒருசமயம் தெருவில் போகிற ஒவ்வொருத்தியும் அழகாக இருப்பது போல இருக்கும். சில சமயம் எல்லோரையும் மொத்தமாகக் கழுத்தை நெரித்து விட வேண்டும் போலிருக்கும். மூர்த்திக்குத் தன்னிரக்கமும் நிறைய உண்டு. சந்தர்ப்பமும் வசதியும் இருந்தால், தான் எத்தனையோ முன்னுக்கு வரக்கூடியவன் என்பது அவன் கொள்கை.

இப்படி நானூறு ரூபாய்க்கு லாந்திக்கொண்டிருக்க மாட்டான். என் அம்மாவும் உயிருடன் இருந்து, அப்பா சரியாக, அன்பாக, அக்கறையாக இருந்திருந்தால் நான் ஐ.ஏ.எஸ். என்ன! வெளிநாடு சென்று படித்திருக்க முடியும். படித்தது என்ன, பாழும் பி.எஸ்.சி. இரண்டாம் வகுப்பு. வேலை கிடைத்ததே பிரம்ம பிரயத்தனம். எல்லோரும் கல்யாணம் செய்துகொண்டு சந்தோஷமாக இருக்கிறார்கள். என் கல்யாணத்தைப் பற்றி அப்பாவோ, சித்தியோ பேசுவதே இல்லை. இந்தச் சாமிக்கு வந்த அதிர்ஷ்டத்தைப் பார். என்ன ஓர் அநியாயம். எனக்காக வந்த பெண். இந்தக் கருப்பண்ணசாமியிடம் சிக்கிவிட்டாள். இதுதான் கொடுமை. அநீதி ஏற்பட்டால் அந்த விதியோ கடவுளோ, நிவர்த்திக்கவில்லை என்றால் மனித இனம் பார்த்து நிவர்த்திக்க வேண்டியது கடமை. எனக்குக் கிடைக்க வேண்டியவளை மற்றொருவன்... நான் திரும்ப அவளைப் பெறுவதுதானே நியாயம்? இப்படி வினோதமான தீர்க்கத்தில் தான் செய்யப் போவதற்குச் சப்பைக்கட்டுகள் தேடிக் கொண்டிருந்தான் மூர்த்தி.

ஒரு சில நடத்தைகளில் மூர்த்தி பைத்தியம், பாயைப் பிறாண்டுகிற, அடிக்கடி சிரிக்கிற ஆஸ்பத்திரி பைத்தியமில்லை. இது ஒரு மெலிதான வகை. எஞ்சினுக்குள் நீராவி மாதிரி உள்ளே மிக உள்ளே குமைந்து கிடக்கிற பைத்தியம். வெளிப்புறத்துக்கு

அவன் ஒரு கிளார்க். நண்பன். ஓட்டுள்ள பிரஜை. சமூக நியதிகள் அத்தனைக்கும் உள்பட்டவன். உள்ளே ஒரு டைம் பாம். தீ பற்ற வைக்கப்பட்டது. வெடிக்கப் போகிறது.

மூர்த்தி தெளிவாகவே சிந்தித்தான். ஆரம்பத்தில் எந்தவிதச் சந் தேகமும் ஏற்படாமல் நடந்துகொள்ள வேண்டும். காத்திருக்க வேண்டும். சந்தர்ப்பம் வராமலா போய் விடும்? வரட்டும், வரட்டும் என்று காத்திருந்தான். கல்யாணத்துக்குப் போக வில்லை. இஷ்டமில்லை. வந்தவுடன் சாமி கோபித்துக் கொள்வான். உடம்பு சரியில்லை என்று சொல்லிவிடலாம். உடம்பு சரியில்லை என்றால் அவன் மேற்கொண்டு விசாரிப் பானா? எதற்கும் ஒன்றிரண்டு மாத்திரைகள் வாங்கி அலமாரியில் வைத்துவிடலாம். அவன் பார்க்கும்படியாக அந்தப் பெண்ணை நிமிர்ந்து கூடப் பார்க்கக்கூடாது. அப்புறம் அவளைப் பார்க்க லாம் அங்கம் அங்கமாக. ஏன், ஒன்றிரண்டு இடங்களில் கீறிக் கூடப் பார்க்கலாம். உள்ளே எப்படி இருக்கிறாள் என்று. கீறிப் பார்த்துவிட்டு அப்புறம் அவளை...

மூர்த்தி சுத்தமாகக் குளித்திருந்தான். ஃப்ளாட்டைச் சுத்தமாகக் கழுவி, சாமி படம் மாட்டி, ஊதுபத்தி ஏற்றித் தயாராக வைத்திருந்தான். முன் அறையில் தன் சாமான்கள் அத்தனையும் ஒழுங்காக அடுக்கி வைத்தான். நல்ல சலவை ஷர்ட் அணிந்து தலை வாரி நெற்றியில் ஒரு குங்குமப் பொட்டும் ஒரு விரல் விபூதியும் இட்டிருந்தான். இன்றைக்குத்தான் இரண்டு பேரும் ஹனிமூனிலிருந்து திரும்பி வருகிறார்கள்.

டாக்ஸி சத்தம் கேட்டது.

வாசலுக்குச் சென்றான்.

'வாங்க வாங்க. என்ன சாமி டிரெய்ன் லேட்டா? ஆறு மணிக்கு அரைவ்ட் போட்டிருந்தானே?'

'இல்லை. வர்ற வழியில் காபி, டிபன் சாப்பிட்டிட்டு வந்தோம்.'

'அடடா! நான் உங்களுக்கு காபி போட்டு வைச்சிருக்கேனே!'

'பார்த்தியா வேணி! மூர்த்தி எப்படிப்பட்ட ஃபிரண்ட்!'

'பரவாயில்லை. சுட வைச்சு இன்னொரு தடவை சாப்பிடலாம்' என்றாள் வேணி. மூர்த்தி அவளைப் பார்க்கவே இல்லை.

அன்றைக்குப் பெண் பார்க்க வந்தபோது அவள் கண்களைச் சந்தித்ததுதான்.

'வென்னீர் போட்டிருக்கேன். கிச்சன்ல ஸ்டவ்வுக்கு எண்ணெய் போட்டிருக்கிறேன்!'

'நாங்க இப்ப குக் பண்றதா இல்லை மூர்த்தி.'

'அப்படியா! ஆபீஸ் வரியா இன்னிக்கு?'

'நான் திங்கள் கிழமைதானே ஜாயின் பண்ணணும்.'

'ஓ! மறந்துட்டேன். நான் கிளம்பறேன்.'

'ஏய் பாவி! ஏண்டா கல்யாணத்துக்கு வரலை?'

'உடம்பு சரியில்லை. அப்புறம் விவரமா சொல்றேன்.'

மூர்த்தி தன் அறைக்கு வந்து கதவைத் தாளிட்டுக்கொண்டான். அத்துடன் ஒட்டியிருந்த பாத்ரூமுக்குச் சென்றான். அறையிலிருந்து ஒரு ஸ்டூல் கொண்டுவந்து அதன் மேல் நின்றான். சுவற்றில் மிகச் சாமர்த்தியமாக அமைக்கப்பட்ட சன்னமான இடைவெளியில் கண் வைத்தான். அந்த பெட்ரூம் தெரிந்தது. அதனுள் வேணி வருவதும் அவள் பின் சாமி வருவதும் தெரிந்தது.

வேணியை மிக நன்றாகத் தரிசித்தான்.

என்ன உடம்பு! என்ன மார்பு! இலை போன்று வயிறு. பாதங்கள் திரும்பும்போது தெரியும் இடுப்பு. சாமி, சாமி அவள் உடையைக் களையேண்டா, ஏன் நிற்கிறாய்?

'பார்த்தியா வேணி, என் ஃப்ரெண்ட் எவ்வளவு நல்லவன். பார்த்தியா? என்ன ஒரு பவ்யமான ஆசாமி, என்ன நடத்தை!'

'ஆமாங்க.'

சாமி அவள் கையைப் பிடித்தான். 'கமான் சாமி! ஏதாவது செய்!' அவள் மேலாடையைக் கைப்பற்றினான். ஒருநிமிஷம் அவள் மார்பின் ஏற்ற இறக்கம் தென்பட்டது. அவள் உடனே தன் புடைவைத் தலைப்பைப் பிடித்துக்கொண்டு 'ம்ஹூம் வேண்டாம். அவசரமில்லை. அவர் ஆபீஸ் போகட்டும்' என்றாள்.

அவர்கள் விலகிவிட, மூர்த்தி ஸ்டூலிலிருந்து இறங்கி யோசித்தான். ஆபீஸ் போகிறது போல் கிளம்பி, திரும்ப அறைக்கு ஓசைப்படாமல் வந்துவிட ஒரு வழி பண்ணவேண்டும். அவன் உடம்பு ஜுரம் வந்தாற்போல இருந்தது. 'என்ன ஒரு உடம்பு. எனக்குக் கிடைத்திருக்க வேண்டிய உடம்பு!'

'சே! என் திட்டத்தை நிறைவேற்றியே தீர வேண்டும். இனி தயங்கக்கூடாது.'

மூர்த்தி சட்டை, பேண்ட் மாட்டிக்கொண்டு அறையை விட்டு வெளியே வந்தான்.

'நான் ஆபீஸ் போறேன் சாமி. ஏதாவது வாங்கிட்டு வரணும்னா சொல்லு!'

'வேண்டாம் மூர்த்தி. தாங்க்ஸ்.'

'ராத்திரி நான் திரும்பி வர நேரமாகும்.'

'சரி.'

'பீ அட் ஹோம். என்னை எதுவும் கேட்கறதுக்குத் தயங்க வேண்டாம்...'

'தாங்க்ஸ், மூர்த்தி!'

மூர்த்தி வெளியே வந்தான். கைக்கடிகாரத்தைப் பார்த்தான். மணி ஒன்பது, பத்து மணிக்கு ஆபீஸ். பத்திரிகை ஆபீஸ் இப்போது திறந்திருக்குமோ? போய்ப் பார்க்கலாம்.

திறந்திருந்தது.

'என்ன சார், வேணும்?'

'வரி விளம்பரம் கொடுக்கணும்.'

'எழுதிக் கொடுங்க.'

சுற்றிலும் பார்த்தான். தெரியாத முகங்கள்தான். மை படிந்த மேஜைக்குச் சென்று அந்த ஃபாரத்தில் எழுதினான்.

சென்னையை அடுத்த புறநகர்ப் பகுதியில் ஒரு தொழிற்சாலைக்கு உரிய சிறிய கொடவுன் இடம் தேவை. மருந்துப்

பெட்டிகள் அடுக்குவதற்கு. இடம் பொருத்தமாக இருந்தால் நல்ல வாடகை, தபால் பெட்டி எண்...க்கு விண்ணப்பிக்கவும்.

அந்த ஆள் வார்த்தைகளை எண்ணிக்கொண்டே...

'ஃபாக்டரி வைச்சிருக்கீங்களா?'

'வைக்கப் போறேன்.'

'என் மச்சானுக்கு ஒரு வேலை...'

'பார்க்கலாம். இன்னும் ஆரம்பிக்கவே இல்லை.'

'எண்பத்தி ஆறு ரூபாய் கொடுங்க.'

எடுத்துக் கொடுத்தான். அவன் பையில் பல நூறு ரூபாய் நோட்டுகள் தென்பட்டன. சமீபத்தில் பிராவிடண்ட் ஃபண்டிலேயிருந்து கடன் வாங்கியிருக்கிறான்.

விளம்பரத்துக்கு ஏற்பாடு செய்துவிட்டு மூர்த்தி ஆபீஸ் சென்றான். இது முதல், இன்னும் கொஞ்சநாள் கழித்து மற்றொரு விளம்பரம். பொறு! பொறுத்திரு! எல்லாவற்றுக்கும் வேளை என்று ஒன்று இருக்கிறது.

8

வேணி

மூர்த்தி சென்றதும் கணவனைப் பார்த்தாள் வேணி. 'என்ன சொல்றே?' என்றான்.

'எதைப் பற்றி?'

'என் ஃப்ரெண்டைப் பற்றி.'

'சாதுவாத்தான் தோண்றது.'

'என்ன ஒரு அடக்கம் பாத்தியா?'

'அதை நான் எதுக்குப் பாக்கணும்?'

'இல்லை வேணி. அவன் நம்ப வீட்டிலே இருக்கப் போறவன் இல்லையா, அதுக்கு உனக்கு எந்த விதத்திலும் ஆட்சேபணை இருக்கக்கூடாதே. அதைத்தான் அவனே கேட்டான்.'

'என்ன கேட்டார்?'

'உன் ஒப்புக்கு அப்ஜெக்ஷன் இல்லாத பட்சத்தில் நான் இங்கே இருக்கேன்னு.'

'நான் எப்படி அப்ஜெக்ட் பண்ண முடியும்? வீடு அவர்தானே ஏற்பாடு பண்ணிக் கொடுத்தது?'

'அப்ஜெக்ட் பண்ண வேண்டிய அவசியம் இல் லைன்னு சொல்ல வரேன்.'

'அதைப் பற்றி எனக்கு இப்ப ஒரு அபிப்பிராயமும் இல்லை. கொஞ்ச நாள் போகட்டும். சரியாத் தெரிஞ்சிக்காம ஒரு ஆளைப் பற்றி அபிப்பிராயம் சொல்றதும் தப்புத்தான்.'

'அவனைப் பற்றி உனக்கு நல்ல அபிப்பிராயம் ஏற்படும் பார்.'

'லெட்ஸ் ஹோப் சோ.'

குளியல் அறைக்குச் சென்ற சாமி, 'இது பார் வேணி, வென்னீர் எல்லாம் போட்டு வைச்சிருக்கான்' என்றான்.

வேணி அந்த ஃப்ளாட்டைச் சுற்றிப் பார்த்தாள். அறைகள் காலி யாக இருந்தன. அலமாரிகள் காலி. கட்டில் மெத்தையெல்லாம் ரயில்வே பார்சலாக இன்று அல்லது நாளை வரும். வந்த பின் கொஞ்சம் நிரம்பும். கொஞ்சம் கொஞ்சமாகச் சேர்த்துவைத்து ஒன்றிரண்டு நாற்காலிகள், டைனிங் டேபிள் எல்லாம் வாங்க வேண்டும். திரைகள் தைத்து அதோ அந்த இடத்தில் ஒரு பாத்திக் கட்டலாம். அங்கே புத்தகங்களை அடுக்கலாம். இங்கே ஒரு குத்து விளக்கு வைக்கலாம். இந்த இடத்தில் ரேடியோ...

காலியாக இருந்த ஹாலில் உட்கார்ந்தாள். வீட்டுக்காரர்கள் சாமான்களை ஓர் அறையில் பூட்டி வைத்து விட்டுப் போயிருக் கிறார்கள். இவ்வளவு பெரிய வீட்டுக்குச் சாமான் வாங்கிக் கட்டுப்படியாகாது. வேணிக்கு இந்த வீடு ரொம்பப் பெரிது என்று பட்டது. அவள் எதிர்பார்ப்பில் தனிக்குடித்தனம் என்பது வேறு விதம். ஒரு சின்ன வீடு, ஒட்டுக் குடித்தனம். பின்கட்டில் ஒரு வயசான மாமி. சின்னக் குழந்தை. பக்கத்து வீட்டில் கும்பலாகப் போய்ப் பார்க்க டிவி. இந்த வீடு பெரிசு. தனிமையானது. பார்க்க லாம். சீக்கிரமே இவரை வேறு வீடு பார்க்கச் சொல்ல வேண்டும். இரண்டு வருஷம் இங்கே தாங்காது!

அதேசமயம் இந்த வசதி வாய்ந்த வீட்டை ஏன் வெறுக்கிறோம் என்பதும் அவளுக்குப் புரியவில்லை.

ஏன்?

சாமி குளித்து விட்டு வந்ததும், 'நான் போய் ரெயில்வே ஸ்டே ஷன்ல விசாரிச்சுட்டு வந்துடறேன். நீ தனியா இருப்பியா?' என்றான்.

'இல்லை, நானும் வரேன்.'

'பார்சல் ஆபீசுக்கா? குட்ஸ் யார்டுக்கா?'

'ஆமாம்!'

'தனியா இருக்கப் பயமா உனக்கு?'

'இல்லை. முதல் நாளே வேண்டாம். உங்களோட வரேனே.'

சென்னை தெருக்களில் தன் கணவன் புஜத்தைப் பிடித்துக் கொண்டு நடப்பது அவளுக்குச் சந்தோஷமாக இருந்தது. எத்தனை ஜனங்கள்! முதல் முதலாகத் தத்தம் சொந்தக் கவலை யில் அவளை முறைத்துப் பார்க்க அவகாசமில்லாத ஜனங்கள். எவ்வளவு கூட்டம்? கரைந்து போய் விடலாம் போலக் கூட்டம். அப்படியே என்னை விழுங்கிவிடக் கூடிய கும்பல், தனிமை இல்லை. இங்கேதான் எனக்கு ஆறுதல், எனக்குச் சந்தோஷம்.

'இத பாருங்க இந்த மாதிரி கூலிங் க்ளாஸ் ஒண்ணு நீங்களும் வாங்கிப் போட்டுக்கங்க!'

'என்னப்பா விலை?'

'எண்பத்தி அஞ்சு ரூபாய்க்கு ரேபான்ஸ்.'

'சரிதான்.' நடந்தார்கள்.

'சரி என்ன குடுப்பீங்க?'

'எய்ட்டி ஃபைவ் எல்லாம் ஜாஸ்தியப்பா!'

'என்ன குடுப்பீங்க, சொல்லுங்களேன்!'

'எட்டு ரூபா.'

'சரி எடுங்க.'

ஆச்சரியம்.

ரத்த ரத்தக் கீறல்களாக வாட்டர் மெலான் கடித்து விட்டு ஜல தோஷம். எலெக்ட்ரிக் டிரெயினில் அத்தனை கூட்டத்தின் மத்தியில் சிகரெட் புகை மூக்கில் புக இருமல்.

உதிரிப் பூக்கள் பார்த்துவிட்டு, அஸ்வினி செத்துப் போகிற சமயம், விசும்பல்களுடன் அழுகை. அப்புறம் இரவில்

சந்தோஷம், மெலிதான வேதனை, புதிய புதிய தொடுகைகள், உணர்ச்சிகள்.

'அப்பா, இதில் இத்தனை இருக்கா!'

'இனிமேத்தான்! இனிமேத்தான்!'

சின்ன ஸ்டவ்வில் முதலில் காபி போட்டுப் பழகி, அதன் மேல் குக்கர் வைத்து ஒரு ரசம், ஓர் அப்பளம், அப்புறம் மெதுவாக, மெதுவாக அம்மாவின் போதனைகளை நினைவில் கொண்டு உப்பைக் கொட்டி, பொடியைக் கொட்டி, மெள்ள மெள்ளச் சமையல் என்று ஏதோ செய்து, கணவனின் முகத்தை ஆர்வத்துடன் பார்த்து, அவன் எதுவாக இருந்தாலும் பிரமாதம் என்று சொல்லும் பெருந்தன்மையை வியந்து, அவன் துணிகளைத் துவைப்பதிலும், பட்டன் தைப்பதிலும், கைக்குட்டை மடிப்பதிலும், பாலிஷ் போடுவதிலும் அதிக சந்தோஷம் அடைந்து, அவன் வருவான் என்று எதிர்பார்த்து, கையில் பையும் டிபன் பாக்ஸூம், கழுத்துப் பட்டையில் கைக்குட்டையுமாக அவன் லொங்கு லொங்கு என்று நடந்து வரும்போது சிரிப்பை அடக்கிக் கொண்டு...

'ஏன் சிரிக்கிறே?'

'சேச்சே...'

'ஏன் சிரிக்கிறே சொல்லேன்! என்னைப் பார்த்தா அச்சு பிச்சு மாதிரி இருக்கில்ல.'

'அச்சு! என் அருமை அச்சு!'

'நான் அழகா இல்லை, அதானே!'

'இத பாருங்க. இந்த காம்ப்ளெக்ஸ் உங்களுக்கு வரவே கூடாது. நான் அழகா இருக்கிறதா எல்லாரும் சொல்லிக்கறாங்க! இந்த அழகு சீமா, வெளியே இறைச்சி, தோல் எலும்பு. இது எல்லாத்தையும் பிச்சு உதறிப்பிட்டு உள்ளுக்குள்ள ஒரு அழகு இருக்கு. அதான் நான் தேடறது. நீங்கதான் பார்த்தீங்களே. பதினைஞ்சு நாளா நாம ரெண்டு பேரும் செக்ஸ் செக்ஸ் செக்ஸ்னு எத்தனை முறை ஆய்டுத்து. அந்த ப்ராஸஸ்ல, அந்தப் படுக்கை இருட்டில், அழகாவது ஒண்ணாது. வம்ச விருத்தி, ஒண்ணில் பாதி பாதின்னு மற்றொரு பிரஜை உண்டாகிறதுதானா இயற்கை அல்லது

கடவுள் நம்மைப் படைத்திருக்கிற கடமை. இதில் அழகு எல்லாம் ரெண்டாம் பட்சம். ஒருத்தரை ஒருத்தர் கவர்றதுக்குள்ள மார்க்கங்கள். நான் விரும்பறது இதுக்கெல்லாம் அப்பாற்பட்ட ஒரு அறியாமை, இன்னொசன்ஸ். ஒரு யோக்கியம், நாணயம், நிஜம், அது உங்ககிட்ட இருக்கு. சீமா எனக்கு முன்னாடி உங்க அமிதாப்பச்சனையும், சார்லஸ் பிரான்சன்களையும் கொண்டு நிறுத்தினாக்கூட சீமா எங்கேன்னுதான் கேட்பேன். நான் பாட்டுக்குப் பேசிட்டே இருக்கேன். சீமா நீங்க ஒரு வார்த்தை பேசலியே!'

'வேணி உன்னை மாதிரி எனக்குப் பேச வராது. ஆனா ஒண்ணு சொல்லிடறேன். உன் மேல எனக்குப் பரிபூரண நம்பிக்கை! காதல், பக்தி... சரணாகதி!'

'போதும்' என்றாள். 'நீங்க என்னை ஆளணும்.'

9

சாமி

மறுபடியும் மறுபடியும் சாமிக்குத் தன் அதிர்ஷ்டத்தைப் பற்றி நினைக்க நினைக்க மலைப்பாக இருந்தது. அந்தப் பெண்ணுடன் தினம் தினம் பழகியதில் அவள் உள் மனத்தின் குணாதிசயங்கள், ஆணித்தரமான அபிப்பிராயங்கள், ஆணவமற்ற பேச்சு, குறும்பு, திகைப்பு, பெண்மை, மென்மை ஒவ்வொன்றும் வெளிப்பட அவனுள் மைகாட், நம்ப முடியாத உண்மை இது என்று தோன்றியது. மனத்தின் மிகத் தூரத்தில், ஓரத்தில் ஒரே ஒரு சின்னக் கவலை அடிக்கடி தென்பட்டது. இது நிலைக்காது.

'சேச்சே ஏன் அப்படி எண்ணுகிறாய்?'

ஆபீசில் உட்கார்ந்திருக்கும்போது அவன் மனம் அவள் மேல் மெலிதாக உணரப்பட, லெட்ஜர் கூட்டங்களின் இடையில் எண்ட்ரிகளின் இடையில் வேணியின் புன்னகை அவனைச் சீண்டியது. அருகே உட்கார்ந்திருந்த மூர்த்தி அவனை அடிக்கடி பார்க்கையில் சற்று வெட்கமாகக் கூட இருந்தது. சே! அழகான மனைவி கிடைத்துவிட்டாள் என்று ரொம்ப அலட்டிக்கொள்கிறேன் போல!

மூர்த்தி லஞ்ச்சின்போது வந்தான்.

'என்ன சாமி?'

'மூர்த்தி, நீ ஏன் ராத்திரி ரொம்ப லேட்டா வர்றே?'

‘புதுசா கல்யாணம் ஆன உங்களை டிஸ்டர்ப் பண்ண வேண்டாம்னு.’

‘சேச்சே! நீ எங்களோடேயே சாப்பிடலாம். நல்லாவே சமைக்கிறா. ஆரம்பத்தில்தான் கொஞ்சம் உப்பை அள்ளிப் போட்டுட்டா!’

‘பார்க்கலாம். சமயம் வர்றபோது பார்க்கலாம்.’

‘மூர்த்தி சீக்கிரம் கல்யாணம் பண்ணிக்க.’

‘ம்.’

‘கல்யாணத்தில் இருக்கிற சுகம் சொல்லித் தெரியாது. திரும்பிப் போறதுக்கு ஒரு வீடு. உனக்காகக் காத்திருக்க ஒரு மனைவி! எனக்குத்தான் அவளைப் பார்த்தா பாவமா இருக்கு. வீட்டில் உட்கார்ந்து போர் அடிக்கிறது அவளுக்கு. ஆனா சொல்ல மாட்டேங்கறா!’

‘வேலைக்குப் போகலாமே? சமீபத்தில் நான் ஒரு விளம்பரம் பார்த்தேன். அது உன் மனைவிக்குச் சரிப்பட்டு வரும்னு தோணிச்சு.’

‘என்ன விளம்பரம்?’

‘இரண்டு நாள் முன்னாடி பேப்பர்ல வந்ததே பார்க்கலை?’

‘நான் இப்ப எதுவும் பார்க்கிறதில்லை.’

‘இரு ஆபீஸ்ல பேப்பர் இருக்கா பார்க்கறேன்!’ மூர்த்தி டெஸ்பாட்ச் செக்ஷனிலிருந்து பழைய பேப்பர் வாங்கி வந்தான்.

பழம் பெரும் கம்பெனியின் சிற்சில புதிய தயாரிப்புகளைப் பிரபலப்படுத்த, விளம்பரம் எழுத, படித்த குடும்பப் பெண்கள் பார்ட் டைமாகத் தேவை. கம்பெனி வேலை, தபால் பெட்டி எண்...க்கு எழுதுக.

‘இண்ட்ரஸ்ட் இருந்தா உன் மனைவி இதுக்கு அப்ளை பண்ணலாம்.’

‘என்ன வேலைன்னு சரியா போடலியே?’ என்றாள் வேணி.

‘அப்ளை பண்ணிப் பார்க்கலாமே!’

‘நான் கூட இண்டர்வியூவுக்கு வரேன்’ என்றான் சாமி.

‘விளம்பரம் எழுத வராதே எனக்கு.’

'எல்லாம் சொல்லித் தருவா.'

'எத்தனை சம்பளம் தருவா?'

'உன்னைப் பார்த்த உடனே 500 ரூபாய்தான்.'

'அப்படின்னா நான் வரலை!'

'சேச்சே, விளையாட்டுக்குச் சொன்னேன். போட்டுப் பார்க்கலாம். நமக்குச் சரிப்பட்டு வரலைன்னா விட்டுடலாம்... உனக்கு இஷ்டமிருந்தா சரி.'

'இந்த இரண்டு விரலிலே ஒண்ணு தொடுங்கோ.'

'தொட்டால்...'

'விரல் விரல்.'

இரண்டையும் தொட்டான்! 'எப்பவும் குறும்பு உங்களுக்கு...'

'என்ன போச்சு! முப்பது பைசா! போட்டுத்தான் பாரேன். எழுது, டியர் சார் வித் ரெஃபரன்ஸ் டு யுவர் அட்வர்டைஸ்மெண்ட் அப்பியர்ட் இன்...'

சாமி மறுதினமே அதை டைப் அடித்துத் தபாலில் சேர்த்தான்.

'நான் வேலைக்குப் போய் ஆகணுமா இப்ப?'

'சும்மா ஒரு அடிஷனல் இன்கம். அவ்வளவுதானே. இத பார். நான் உன்னை ஃபோர்ஸ் பண்றதா நினைக்க வேண்டாம். உனக்கு இஷ்டம் இல்லைன்னா விட்டுடு. எட்டு மணி நேரம், நீ வீட்டில் சும்மாதானே இருக்கே. உனக்கு போர் அடிக்கிறது. ஆனால், அதைச் சொல்லமாட்டே. நீ இந்த வீடு தனியா இருக்கு! ஜாஸ்தி ஃப்ரெண்ட்ஸ் இல்லை. உனக்குத் திறமை இருக்கு. நிச்சயம் உனக்கு இந்த வேலை கிடைக்கும்னு தோண்றது... பயப்படாதே. நான் கூடவே இருக்கேன். ஒரு ஸ்கூட்டர் வாங்கணும் நாம. வேலைக்கு ஒரு ஆள் வைச்சிக்கணும்... தினம் தினம் நீ துணி துவைக்கிறதும் பாத்திரம் தேய்க்கறதும் எனக்குப் பிடிக்கலே. என் சம்பளம் போறாது. கிளியராகத் தெரியறது! என்ன சொல்றே?'

'பார்க்கலாம், முதல்ல பதில் வரட்டும்.'

பதில் வரவில்லை. ஏறக்குறைய அதை மறந்துவிட்டார்கள்.

10
மூர்த்தி

மூர்த்தி கொடுத்த முதல் விளம்பரம். அந்த கோடவுன் சமாச்சாரம். அதற்கு ஆறு பதில்கள் வந்திருந்தன. ஆதம்பாக்கத்தில் ஓர் இடம். தாம்பரம் தாண்டி ஒன்று, கொரட்டூர்...

ஒரு ஞாயிற்றுக்கிழமை அவற்றில் மூன்றைப் போய்ப் பார்த்தான். ஒன்றைத் தேர்ந்தெடுத்தான். தாம்பரம் தாண்டி கரடுமுரடான பிரதேசத்தில் தனியாக ஒரு சின்ன ஷெட் இருந்தது. சைட் ஃபார் தியாகா நகர் என்று ஒரு போர்டு கேட்பாரற்று வெற்றிலை போட்டுத் துப்பிய காவியுடன் இருந்தது.

சின்ன ஆஸ்பெஸ்டாஸ் கூரை வைத்த ஷெட் அது. மெயின் ரோடிலிருந்து தள்ளி இருந்தது. ஒரு பர்லாங் உள்ளடங்கி இருந்தது. துருப்பிடித்த பூட்டைத் திறந்து, கதவைத் திறந்ததும் கீழே சிமெண்ட் தரை சுமாராக இருந்தது. பர்ஃபெக்ட். இதுதான் சரியான இடம். 'வாடகை என்ன கேட்கிறீங்க?'

'குடுங்க! உங்க இஷ்டம். எஜமானர் வெளிநாட்டில் இருக்கார். வேஸ்ட் ஆவுதேன்னு பதில் போட்டேன். நீங்க வேற யார்கிட்டேயும் சொல்ல வேண்டாம். என்னா!'

'உங்க எஜமானருக்குத் தெரிய வேண்டாம். அவ்வளவுதானே?'

'ரெண்டு மூணு மாதத்திலே காலி பண்ணிடுவீங்கங்கற நம்பிக்கை யிலதான்.'

'நிச்சயம் எனக்கு அவ்வளவு நாள் போதும். இந்தாங்க...' இரண்டு நூறு ரூபாய் நோட்டுகளைக் கொடுத்தான். 'அட்வான்ஸா வச்சுக் கங்க. பாக்கி முன்னூறு முதல் தேதி தர்றேன்...'

'என்ன அடுக்கப் போறீங்க?'

'சில வெளிநாட்டுச் சரக்குகள். உங்க பேர் என்ன?'

'நாதன்.'

'நாதன், இது விஷயம்...'

'மூச்.'

'நீங்க மறுபடி இங்க வருவீங்களா? முதல் தேதி நானே உங்க வீட்ல வந்து கொடுத்துடறேனே!'

'சரி புரியுது.'

மூர்த்தி அந்தக் காலி ஷெட்டைப் பார்த்தான். இடம் கிடைத்து விட்டது. இனி அவளைக் கொண்டு வர வேண்டியதுதானே? அடுத்த விளம்பரம் கொடுத்திருக்கிறான்... ஷெட்டை மறுபடி பூட்டிச் சாவியை எடுத்துக்கொண்டான்.

அவனுள் ஒரு சிறு பிள்ளையின் ஆர்வம் புறப்பட்டது. மெள்ள நிதானமாகச் செய்யவேண்டிய காரியம் இது. தனியாக நான் ஒருத்தன் மட்டும் கொண்டு வரவேண்டும். கஷ்டம். ஆனால், அது சாத்தியம். அவன் நினைத்து வைத்திருக்கிறபடி அது சாத்தியம். ஏன் சுலபம்...

அடுத்து இரண்டாவது விளம்பரம்.

மூர்த்தியின் இரண்டாவது விளம்பரத்துக்கு ஏறக்குறைய முன்னூறு மனுக்கள் வந்திருந்தன. குப்பையாக அவற்றை பத் திரிகை ஆபீசிலிருந்து அள்ளி அடுக்கிக்கொண்டு, தன் ப்ரிப் கேசில் திணித்துக்கொண்டு இரவு வீட்டுக்கு வந்தான். இரண்டு பேரும் வீட்டில் இல்லை. சினிமா போவதாகச் சொன்னார்கள். அப்பாடா!

தன் அறைக்குச் சென்று அத்தனை கடிதங்களையும் பரப்பி ஒவ் வொன்றாகப் பார்வையிட்டான். திருமதி பிரபா, ராமச்சந்திரன், ஜேனிஸ் பிரகாசம், சந்தியா ராமமூர்த்தி... திருமதி கலா விஜயகுமார். எனக்கு வேண்டிய ஒரே ஒரு திருமதி கிருஷ்ண வேணி அண்ணாசாமி. எங்கே, எங்கே... கிடைத்து விட்டாள். அந்தக் கடிதத்தைப் பார்த்தான். டைப் அடித்து அதன் கீழே அவள் கையெழுத்து. மற்ற கடிதங்களை எல்லாம் சேர்த்து தனித் தனியாகக் கிழித்து ஜாக்கிரதையாக அவற்றை ஒரு பெரிய கவரில் போட்டுக்கொண்டான்.

அவள் கையெழுத்து அந்தக் 'கே'யில் ஒரு சாகசம். 'வி'யில் ஒரு வளைவு. மெள்ள ஹாலுக்கு வந்தான். புதிதாக இரண்டு ஸ்டூல் நாற்காலிகள் வாங்கியிருக்கிறாள். பழைய புடைவையைக் கையால் தைத்து கர்ட்டன் செய்திருக்கிறாள். அலமாரியில் புத்தகங்கள், கனவுகள், கற்பனைகள், காகிதங்கள், தனிப்பாடல் திரட்டு (Fowler's Modern English Usage) நிறையப் படிப்பவள் போலும். அண்ணாசாமிக்கு எங்கே இதெல்லாம்? கல்யாண போட்டோ! அமெச்சூர்த்தனமாக அடிக்கப்பட்ட ஃப்ளாஷ். இருந்தும் எத்தனை உயிர்!

மெள்ள அவர்கள் படுக்கை அறைக்குச் சென்றான். கொடியில் தொங்கிய புடைவைகளைத் தொட்டுப் பார்த்தான்.

'அன்புள்ள திருமதி அண்ணாசாமி அவர்களுக்கு, உங்கள் 20.11.1979 தேதியிட்ட கடிதம் கிடைக்கப் பெற்றோம். எங்கள் கான்டினெண்டல் கம்பெனியில் வேலை ஏற்க உங்களை நேரில் சந்தித்துப் பேச விரும்புகிறோம். உங்களால் கீழ்க்கண்ட விலாசத்துக்கு ...ந் தேதி வர இயலுமா? போக வர, டாக்ஸி சார்ஜ் கொடுக்கப்படும்...'

என்ன தேதி? இரு. இப்போது இல்லை. அந்தத் தேதி வர வேண்டும். வருடாந்திர ஆடிட் முடிந்து அவன் சேலம் பிராஞ்சுக்கு டூர் போக வேண்டிய சமயம் வரும். வரப் போகிறது. காத்திரு. அப்போது அனுப்ப வேண்டும் இந்தக் கடிதத்தை... பொறு மூர்த்தி! பொறு!

மூர்த்தி அவள் உள்ளுடைகளைத் தொட்டுப் பார்த்தான். அவள் போடும் பவுடரை முகர்ந்து பார்த்தான். அவள் சிறிய கைப் பைக்குள் லிப்ஸ்டிக், சின்னக் கண்ணாடி, நகப் பாலிஷ். அலங்

காரம் செய்துகொள் பெண்ணே, நன்றாக அலங்காரம் பண்ணிக் கொண்டு இண்டர்வியூவுக்கு வா! நான் தானே உன்னை அழைத்துச் செல்லப் போகிறேன்.

அவர்கள் வரும் சத்தம் கேட்டது. அவசரமாகத் தன் அறைக்குள் வந்து சேர்ந்தான்.

கதவு தட்டப்படும் சத்தம் கேட்டது. 'மூர்த்தி! மூர்த்தி!'

கையில் அந்தக் கனவுகள் புத்தகத்தை எடுத்துக்கொண்டு கதவைத் திறந்தான்.

இருவரும் நின்றார்கள்.

'ஸாரி, தூங்கிட்டயா?'

'இல்லை. படிச்சிட்டு இருந்தேன். அலமாரியில் சில ஸ்வாரஸ்யமான புஸ்தகங்கள் எல்லாம் இருந்தது!' என்று அதைத் திரும்ப வைத்தான்.

'அவருக்கு இன்ட்ரஸ்ட் இருந்தா எடுத்துக்கச் சொல்லுங்க. படிச் சுட்டுத் தரட்டும்' என்றாள்.

'எனக்கு இன்ட்ரஸ்ட் உண்டு...'

'புதுக்கவிதை படிப்பீங்களா...?'

'ம்' என்றான்.

'அப்பாடா உன்கிட்டே பேசிட்டா பார்த்தியா மூர்த்தி!'

'ஆமாம் முதல் தடவை.'

'மூர்த்தி, அந்த அப்ளிகேஷன் போட்டேன்ல?'

'எந்த அப்ளிகேஷன்?'

'அதான்! பேப்பர்ல வேலைக்கு விளம்பரம் வந்திருந்ததே...'

'ஆமாம்.'

'அதுக்குப் பதில் வரலை.'

'அப்படியா? யாரோ சொன்னாங்க. நல்ல கம்பெனி அதுன்னு. பெரிய கம்பெனி. நிறைய அப்ளிகேஷன் வந்திருக்கும். ஸ்கிரீன் பண்ணியிருப்பாங்க!'

'வராட்டா பரவாயில்லை.'

'இண்டர்வியூ பண்ண ஆரம்பிச்சுட்டாங்களா, உனக்கு ஏதாவது தெரியுமா மூர்த்தி?'

'தெரியாது. சாதாரணமா கொஞ்ச நாள் ஆகும். பெரிய கம்பெனி யானதாலே.'

'அப்ப ஹோப் இருக்கும்கறே.'

'அப்படித்தான் தோணுது. குட் நைட். நான் போயி படுக்கறேன். இந்தப் புத்தகத்தை நாளைக்குத் தர்றேன். அவங்ககிட்ட சொல்லிடு!'

'ஏன் நீயே சொல்லேன். என்ன மூர்த்தி வெட்கப்படறே! அவ ஒண்ணும் உன்னைக் கடிச்சி சாப்பிட்டுற மாட்டா!'

'வெட்கமில்லை. ஒருவித மரியாதைதான்!'

'பரவாயில்லை. நீங்க என்கூடப் பேசலாம்' என்றாள் வேணி.

'தாங்க்ஸ்!'

'நான் அடுத்த வாரம் டூர் போகப் போகிறேன் தெரியுமில்லை! அப்ப நீதானே துணையா இருக்கணும் இவளுக்கு!'

'எனக்குக் கூட டூர் இருந்தாலும் இருக்கும். தனியா இருக்கறதுக் குப் பதிலா ஊர்ல இருந்து யாரையாவது கூட்டி வெச்சுக்கலாம்!'

'அதுகூட நல்ல ஐடியாதான் வேணி!'

'அம்மாவுக்கு எழுதியிருக்கேன். எங்க வர முடியும்?'

'நான் ஊர்ல இருந்தா பார்த்துக்கறதுல எனக்குச் சிரமமில்லை.'

'ஒரு ஆண் பிள்ளைத் துணை. அவ்வளவுதானே!'

'கூட்டிட்டே போயிடேன்' என்றான் மூர்த்தி. 'கடவுளே! அவள் வேண்டாம் என்று சொல்ல வேண்டும்.'

‘வேண்டாம்! நானும் தனியா இருந்து பழக வேண்டாமா? அடிக்கடி டூர் போவாரா ஸார் இவர்?’

‘வருஷம் இரண்டு முறை இருக்கும்.’

‘நான் தனியா இருப்பேன், எனக்குப் பயமில்லே! நாள் பூரா தனியாதானே இருக்கேன். இரவு வேளைகளில் இவர் முன் னறையில் இருக்கார்.’

‘உறவுக்காரங்க வந்துட்டாலும் நல்லதுதான்’ என்றான் மூர்த்தி.

‘ஏன் ஸார் உங்களுக்கு நான் துணை இருக்கணும் போல் இருக்கே. பயப்படறீங்களே!’

‘பயம் இல்லை. அக்கறை!’

‘ரொம்ப தாங்க்ஸ்!’

‘குட் நைட்.’

‘குட் நைட்.’

அறைக்கு வந்து கதவைத் தாளிட்டுக்கொண்டு பாத்ரூம் சென்று, ஸ்டூல் அமைத்து ஏறி இடைவெளி வழியாகப் பார்த்தான். வேணி மெள்ள வந்து தன் ஸாரியைக் களைந்தாள். வெறும் ஜாக்கெட் பாவாடையுடன் நின்றாள்.

‘நல்லவர்தான்.’

‘அவன் ஒரு ஜெம்.’

வேணி தன் முதுகுப்புறம் கை நீட்டி அதன் கொக்கிகளை விடுவித்து ப்ரேஸியரில் நின்றாள். ஒரு கணம் வெளிச்ச வித்தியாசத்தில் செதுக்கி வைத்தாற்போல் அவள் மார்பின் விம்மல் தெரிய அலமாரிக்குச் சென்றாள். மற்றொரு சாதாரண ரவிக்கையை எடுத்து அதை லூஸாகப் போட்டு, ஒன்றிரண்டு பட்டன் மட்டும் போட்டுக் கொண்டு வாயில் புடைவை எடுத்து...

சாமி அவள் இடுப்பில் முத்தமிட்டான்.

‘பாவி பாவி தொடாதடா அவளை.’

சாமி அவளைத் திருப்பி அவள் மார்பில் முகம் பதித்தான்.

'ம் விடுங்க...அப்புறம்!'

அறையை விட்டு அவர்கள் வெளியே சென்றார்கள். ரேடியோ கேட்டது. பாழாய்ப் போன நேயர் விருப்பம். பதினைந்து நிமிடம் அந்தக் காலி அறையைப் பார்த்துக்கொண்டு காத்திருந்து, சோர்வுடன் கீழே இறங்கினான். இதயம் திடும் திடும் என்றது.

மூர்த்தி என்ன காரியம் இது? பாவம் இல்லையா?

ம்ஹூம்.

இதற்குத் தண்டனை கிடைக்கும் தெரியுமா?

யார் தண்டிப்பார்கள்? கடவுள், சமூகம், போலீஸ் எல்லாரையும் ஏமாற்றப் போகிறேனே. என்னை யார் கண்டுபிடிப்பார்கள்?

அவள் அடையாளம் காட்ட மாட்டாளா?

மூர்த்திக்குத் திடுக்கிட்டது. ஆம், அந்தக் காரியத்துக்குப் பிறகு அவள் வந்து சொல்லிவிடுவாள்... அப்போது என் கதி?

ஒன்று நான் வேற்றூர் போய்விடலாம். மூன்று தினங்கள். நான்கு தினங்கள். ஒரு வாரம். அதற்குப் பிறகு ஓடிப் போய்விடலாம்... அண்ணாசாமி இதைப் பிரபலப்படுத்த மாட்டான். அவன் சுபாவம் அப்படி. அப்படியே கமுக்கமாக இருந்து விடுவான்.

அல்லது... அவளைக்...

சே! என்ன நினைப்பு இது. கூடாது. கூடவே... கூடாது பார்க்கலாம். பொறுத்திருந்து பார்க்கலாம்.

மூர்த்தி மறுபடி பாத்ரூம் சென்று ஸ்டூல் மேல் ஏறிப்பார்த்தான்.. இருட்டாக இருந்தது. இறங்கி வந்துவிட்டான். இரவு மூன்று மணி வரை அவன் தூங்கவில்லை.

11

வேணி

முதல் பிரிவு அவள் மனத்தில் கனத்தது. அழுகைகூட வந்தது. டூர் போகிறான். போயே ஆக வேண்டும் என்ற கட்டாயம். தனியாக இருக்கவேண்டும். அம்மா வந்து விட்டால் கவலை இல்லைதான். இருந்தாலும்…

போன உடனே தந்தி… அப்புறம் காலையில் ஒரு லெட்டர். சாயங்காலம் ஒரு லெட்டர்… போஸ்ட்மேன் அலுத்துக்கப் போறான்.

'முடிஞ்ச உடனே! உடனே ஓடி வந்துவிடுவேன். வேணி கண்ணு, போயிட்டு வரட்டுமா?'

'உடம்பைப் பார்த்துக்கங்க!'

'ஏதாவது ஹெல்ப் வேணும்னா மூர்த்தியைக் கேட்டுக்க. தயங்காதே என்ன?'

'ம்.'

'நல்லவேளை, அவன்கூட டூர் போறதா இருந்தது. கடைசி நிமிஷத்தில் 'கான்ஸல்' ஆயிடுத்து. நீ தனியா இல்லை. என் மனசை இங்க கழட்டி வெச்சுட்டுப் போறேன்.'

'புதுக் கவிதை படிக்கிற எஃபெக்ட் தெரியுது உங்க பேச்சில்.'

'அது என்ன? மலர் வாடினால் பரவாயில்லை. மனம் வாடறதுக் குள்ள வந்துடு!'

அவள் புன்னகை செய்தாள்.

'அப்பாடா! இதைப் பார்க்கத்தான் காத்திருந்தேன். டாடா.'

'போய்ட்டு வர்றேன்னு சொல்லுங்க.'

'போய்ட்டு உடனே வரேன்!'

அவன் சென்றதும் ஏற்பட்ட வெறுமை அவளை முழுமையாகத் தாக்கியது. மெலிதான பயமும் வயிற்றில் ஏற்பட்டது. அதன் காரணம் புரியவில்லை. தினம் ஆபீசுக்குப் போகிறான். திரும்பி வருகிறான். அது போலத்தான். ஒரு சில இரவுகள் இருக்க மாட்டான். தனியாகப் படுத்துக்கொள்ள வேண்டும். முன் அறையில் அவன் இருக்கிறான், இருப்பான் என்ற ஓர் எண்ணச் சுமையோடு படுத்துக்கொள்ள வேண்டும். மூர்த்தி நல்லவன் போலத்தான் இருக்கிறான். இதுவரை என்னை ஏறிட்டுப் பார்த்த தில்லை. தான் உண்டு, தன் காரியம் உண்டு. பூனைபோல் வந்து எப்பொழுது வருகிறான் என்பது தெரியாமல் அவனது பிரசன்னம் ஒரு விதத்திலும் உறுத்தாமல்... கவலை இல்லை... எதற்காகக் கவலைப்பட வேண்டும்? பின் ஏன் பயம்... அம்மா இருக் கிறாள்... ஆனால், எல்லா முதல் அனுபவங்களின் ஓரத்திலேயும் ஒரு பயக்கோடு இழையோடுகிறது. முதல் சந்திப்பில், முதல் இரவில், முதல் சமையலில், முதல் உத்தியோகத்தில்... அந்த அப்ளிகேஷன் என்ன ஆயிற்று?

இரவு மூர்த்தி வந்து கதவைத் தட்டியபோது திறந்தாள். தன் அறைக்குச் சென்றான். 'உங்க அம்மா வந்துட்டாங்களா?' என்று தரையைப் பார்த்துக்கொண்டு கேட்டான்.

'வந்துட்டாங்க.'

'கவலை இல்லை. ஏதாவது வேணும்னா கூப்பிடுங்க!'

'தாங்க்ஸ்.'

'சாமி சீக்கிரம் வந்துடுவான்.'

'ஆமாம்.'

‘உங்க புஸ்தகம் ரிட்டர்ன் பண்ணிட்டேன். மேஜை மேல் வைத்திருக்கேன்... நமஸ்காரம் பெரியம்மா!’

‘வாப்பா மூர்த்தி. நீ ஏன் கல்யாணத்துக்கு வரலை?’

‘உடம்பு சரியில்லை.’

‘சௌக்கியமா இருக்காயா?’

‘இருக்கேனம்மா.’

‘உனக்கு எப்ப கல்யாணம்?’

‘அதுக்கு என்ன அவசரம் இப்ப?’ அவன் அறைக்குச் சென்றதும் ‘நல்ல பிள்ளை’ என்றாள் அம்மா.

மறுதினம் காலை தபாலில் அவளுக்கு அந்த இண்டர்வியூ கடிதம் வந்தது.

‘உங்கள் 20.12.1979 தேதியிட்ட கடிதம் கிடைக்கப் பெற்றோம். எங்கள் காண்டினென்டல் கம்பெனியில் வேலையேற்க உங்களை நேரில் சந்தித்துப் பேச விரும்புகிறோம்... உங்களால் கீழ்க்கண்ட விலாசத்துக்கு...’

‘நாளை வர வேண்டுமாம்! நாளைக்கே! எப்படித் தனியா போவது? வேண்டாம். அவர் இல்லை. இண்டர்வியூவை ஒத்திப்போடும்படி எழுதிவிடலாம்.’

‘என்ன கடுதாசி?’

‘வேலைக்கு இண்டர்வியூ வந்திருக்கும்மா!’

‘என்னிக்கு?’

‘நாளைக்கே?’

‘எப்படிப் போவே?’

‘அதான் யோசிக்கறேன். தனியா போக முடியாது.’

‘நானும் வரட்டுமா?’

‘நீயா? ஆண் பிள்ளைத் துணை வேணும்மா,அவர் வரட்டும்.’

‘இந்தப் பிள்ளை மூர்த்தியை வேணாக் கேட்டுப் பாரேன். ஊருக்குப் போறப்போ உன் புருஷன் திரும்பத் திரும்பச் சொல்லி விட்டுப் போனானே.’

‘அவரா?’

‘நான் வேணா கேட்டுப் பார்க்கறேன். நல்ல பையன். அழைச் சிட்டுப் போவான். மெட்ராஸ்லதானே!’

‘எங்கேயோ தாம்பரத்திலன்னா இருக்கு’ என்றாள், வரச் சொல்லி யிருக்கும் முகவரியைப் பார்த்து.

‘வேண்டாம்மா’ என்றாள்.

‘வேண்டாம்னா விட்டுடு. எதற்கும் அந்தப் பையனை விசாரிக்கச் சொல்லலாம்’ என்றாள்.

மாலை மூர்த்தி வந்ததும், ‘இந்த லெட்டரைப் பாருப்பா’ என்றாள் அம்மா.

பார்த்தான். ‘தாம்பரத்தில் ஏதோ அட்ரஸ் கொடுத்திருக்கே. வேண்டாம்னுட்டா. இது என்ன கம்பெனின்னு விசாரிக்க முடியுமா உனக்கு?’ என்றாள். ‘விசாரித்துப் பார்க்கறேன்’ என்றான்.

‘நாளைக்கு வரச் சொல்லியிருக்கா’ என்றாள் வேணி.

‘என் ஃப்ரெண்ட் ஒருத்தன்கிட்ட விசாரிச்சுட்டு வர்றேன். காண்டி னென்ட்டல்ங்கிறது நல்ல கம்பெனின்னு கேள்விப்பட்டி ருக்கேன்’ என்றான்.

வெளியே சென்று ஒருமணி நேரம் கழித்துத் திரும்பி வந்தான். ‘விசாரித்தேன். காண்டினென்டல் கம்பெனியில வேலை செய்ற வன் ஒருத்தனைத் தெரியுமாம். கம்பெனி நல்ல கம்பெனிதானாம். வேலை மெட்ராஸ்லதானாம். மவுண்ட் ரோடில. இண்டர்வியூ அவங்க ஃபாக்டரியில வைச்சிருக்காங்களாம். அதனாலதான் டாக்சி சார்ஜ் தர்றதா எழுதியிருக்காங்க. ஆட்சேபணை இல் லேன்னா நான் பத்திரமா அழைச்சிட்டுப் போறேன்.’

‘என்னடி போயிட்டு வர்றியா?’ என்றாள் அம்மா.

வேணி இரவு அதை யோசித்தாள்.

மூர்த்தியின் பேரில் அவளுக்கு ஒரு நம்பிக்கை ஏற்பட்டு இருந்தது. மிகவும் பவ்யமாக, மிகவும் சாத்வீகமாக இருக்கிறான். என்னைத் தனியே அழைத்துப் போகத் தயங்குகிறான். என்ன பயம் இருந்தாலும் அவர் வந்தால் அவருடன் கூடப் போவதில் எனக்கு ஒரு தயக்கம் இருக்காது. அவரே தீர்மானிக்கட்டும். அவருக்குத்தான் சற்று சிரமம். இருந்தாலும் பரவாயில்லை.

அதிகாலை அந்தத் தந்தி வந்தது.

'என்னால் வர முடியவில்லை. மூர்த்தியுடன் செல்லவும். சாமி.'

தந்தி எங்கேயிருந்து வந்திருக்கிறது என்பதை அவள் பார்க்க வில்லை.

'என்ன தந்தி?'

'அவரால் வர முடியவில்லையாம். மூர்த்தியோட போகலாம்னு அடிச்சிருக்கார்.'

'போறியா?'

'போறேம்மா.'

மூர்த்தியின் அறைக் கதவைத் தட்டி அந்தத் தந்தியைக் காட்டினாள்.

'சரி நான் வரேன். இன்னிக்கு லீவு போட்டுடறேன். பத்து மணிக்குக் கிளம்பிடலாம்' என்றான்.

குளித்து விட்டுப் பளிச்சென்று உடை உடுத்திக்கொண்டு, தன் ஸர்ட்டிபிகேட்டுகள் அத்தனையையும் எடுத்துக்கொண்டு, சாமி படத்தின் முன் இருந்த குங்குமத்தை இட்டுக்கொண்டு ஒன்ப தரைக்கே தயாராகக் காத்திருந்தாள்.

மூர்த்தி அறையில் இருந்து வெளியே வந்தான்.

'காபி சாப்பிட்டு விட்டுப் போயேன்' என்றாள் அம்மா.

'உங்க பெண்ணுக்கு வேலையானதும் காபி, ஸ்வீட் எல்லாம் தாங்க' என்றான். 'புறப்படலாமா?'

டாக்ஸியில் அவன் முன் ஸீட்டில், அவள் பின்புறம் ஏறிக் கொள்ள அம்மாவுக்கு, 'டாடா' காட்டினாள். தபால்காரன்

வந்தான். ஒரு கடிதம் இருந்தது அவளுக்கு. அதை வாங்கிக் கொண்டாள்.

டாக்ஸி கிளம்ப அதைப் படித்துப் பார்த்தாள். எட்டுப் பக்கம் இருந்தது.

'டியரஸ்டு வேணி. உன்னைப் பிரிந்ததன் அதிர்ச்சி இங்கு வந்ததும் தான் தெரிந்தது. இத்தனை நாள் உன்னுடன் இருந்துவிட்டு, இப்பொழுது உன்னைப் பிரிந்த முதல் இரவு ரயில் பூரா உன் நினைவுதான். பிளாட்பாரத்தில் பூவைப் பார்த்ததும் உன் நினைவு தான்.

சக பிரயாணிகளில் சாதாரணப் பெண்ணைப் பார்க்கும்போது அடடா என் மனைவி எத்தனை அழகு என்று பளிச்சென்று தெரி கிறது. உன்னைத் தொட்ட என் விரல்களை அடிக்கடி வருடிக் கொண்டேன்...'

இப்படியே பக்கம் பக்கமாக மனிதருக்குப் பைத்தியம்தான். எத்தனை வர்ணனை! திரும்பத் திரும்பப் படித்தாள்.

டாக்ஸி நின்றிருந்து. தாம்பரம் தாண்டி ஒரு பெட்ரோல் பங்கு அருகில் எதிரே ஒரு தொழிற்சாலை போல் இருந்தது. மூர்த்தி டாக்ஸிக்குப் பணம் கொடுத்து அனுப்பிவிட்டான். 'இங்கேயே நில்லுங்க. ஃபாக்டரியில் விசாரிச்சுட்டு வரேன்' என்று சென்றான். அந்தத் தொழிற்சாலையின் பக்கம் சென்றான்.

சற்று நேரத்தில் திரும்பி வந்தான்.

'ஸாரி, இந்த இடம் இல்லையாம். ஒரு ரெண்டு ஃபர்லாங் தள்ளி உள்ள இருக்காம். இன்னொரு டாக்ஸி கொண்டு வரட்டுமா?'

'ரெண்டு ஃபர்லாங்தானே, நடந்து விடலாமே!'

நடந்துகொண்டே படித்தாள்.

'என் இனிய மனைவி நீ! என் தின வாழ்க்கை, மண வாழ்க்கை, எல்லாமும் ஆக்கிரமித்துக்கொண்டிருக்கும் காதலி நீ! உனக்காக என் இதயத் துடிப்பு ஒவ்வொன்றும் ஏங்குகிறது. உனக்காக மிகவும் முயன்று சம்பாதித்துப் பணம் சேர்த்து...'

நிமிர்ந்தாள்.

'என்ன, இடம் கரடு முரடா இருக்கே?'

'ஃபாக்டரி உள்ளே இருக்காம். அதன் சின்னக் குன்று தெரியுது பாருங்க. அதுக்குப் பின்னால், வாங்க நடக்கலாம்.'

'தியாகங்கள் செய்யவும் தீரச் செயல்கள் புரியவும்...'

நடந்தார்கள். ஒரு சின்ன ஆஸ்பெஸ்டாஸ் கூரை வைத்த ஷெட் தெரிந்தது.

இது என்ன? அவன் அதைத் திறக்கிறானே...

திடீரென்று கணவனின் வார்த்தைகளில் அமைந்த கனவுலகிலிருந்து உலுக்கி எழுப்பப்பட்டு நிலை புரிந்தது! ஓட நினைப்பதற்குள் மூர்த்தி அவளைப் பற்றித் தரதரவென்று இழுத்து, மூர்க்கத்தனமாக அந்த அறைக்குள் வீழ்த்தப்பட்டாள்.

உள்ளே தாளிட்டான்.

மனைவி கிடைத்தாள் | 69

12
சுஜாதா

மன்னிக்கவும். கதாசிரியனாகிய நான் இந்தக் கதையை முடிப்பதற்கு முன் குறுக்கிட வேண்டியிருக்கிறது. இந்தக் கதைக்கு என்ன முடிவை நீங்கள் எதிர்பார்க்கிறீர்கள்? ஓர் அழகான பொருள் சேதமடையும் பொழுது நம் எல்லோருக்குமே ஓர் இழப்பு இருக்கிறது. உலகமே கொஞ்சம் கொச்சைப்படுத்தப்படுகிறது. உலகத்தில் நிகழும் அத்தனை குற்றங்களையும் தவிர்ப்பதற்குப் புத்தக நியாயங்கள் இல்லை.

ஒரு கதாசிரியனால் முடியுமா? பார்க்கலாம். வேணி சேதப்படுத்தப்படும் இந்தக் கணத்தில் அவளைத் தப்பிக்க வைக்க நம்மால் என்ன செய்ய முடியும்?

மூர்த்தியைவிட அவள் வலுவானவள். அவனைச் சுலபத்தில் கடித்து, அடித்து, நொறுக்கி விட்டுத் தப்பித்துவிட்டாள் என்று சொல்லலாமா?

மூர்த்தி கடைசி நிமிடத்தில் தைரியமிழந்து, 'சகோதரி என்னை மன்னித்து விடு' என்று சொல்லி, மனத்தைத் தேற்றிக்கொண்டு ஓடி விட்டான் என்று சொல்லவா?

டாக்ஸிக்காரன் சந்தேகப்பட்டு அவர்களைத் தொடர்ந்து, கதவை உடைத்துக் காப்பாற்றினான் என்று சொல்லவா?

யோசித்துப் பார்த்தால் ஒரு கதாசிரியனுக்கு எத்தனையோ முறைகள் உள்ளன அல்லவா? வேணி என்னும் அந்த அழகான மலரைச் சேதப்படுத்தாமல் காப்பாற்றுவதற்கு?

'ஸாரி.'

உலகத்தில் நியாய அநியாயங்களில் ஆதாரமாக ஓர் அபத்தம் இருக்கிறது.

மத்தியானம் அந்த வழி சென்ற ஒரு பள்ளிச் சிறுவன் திறந்திருந்த அந்த ஷெட்டுக்குள் எட்டிப் பார்த்தான். முதலில் கீழே சிதறிக் கிடந்த அந்தக் காகிதங்களைப் பார்த்தான். என் இனிய மனைவி... நிமிர்ந்தான்... ஓரத்தில் இது என்ன? அது... ரத்தம்... ஓர் உடல்!

'அம்மாடி!' என்று அலறிக்கொண்டே ஓடினான்.

ஸாரி!

முற்றும்

திரைக்கதிர்

விளிம்பு

விஜயனைக் கொல்வது என்று தீர்மானித்து விட்டேன். திடீரென்று இந்த முடிவுக்கு வரவில்லை. எத்தனையோ தினங்கள் யோசித்து யோசித்து, என் மண்டைக்குள் புழுங்கி பாக்கெட் பாக்கெட் பாக்கெட்டாக சிகரெட் பிடித்து நசுக்கி அணைத்துத் தீர்மானித்த முடிவு இது.

தீர்மானித்தபின் இப்பொழுது எனக்கு அப்பாடா என்று ஆறுதலாக இருக்கிறது. உடல் முழுவதும் உருவி விட்ட மாதிரி ஒரு விடுதலை உணர்ச்சி இருக்கிறது.

அவசரமே இல்லை. மெள்ள யோசித்து, நிதானமாகத்தான் கொல்லப் போகிறேன். விஜயனை ஏன் தேர்ந்தெடுத்தேன் என்று யோசித்துப் பார்க்கிறேன். அவனை எனக்குப் பிடிக்கவில்லை. அவ்வளவு தான். உலகத்தில் எனக்குப் பிடிக்காத விஷயங்கள் எத்தனையோ இருக்கின்றன. இவனை எனக்குப் பிரத்தியேகமாகப் பிடிக்கவில்லை. காரணம்?

காரணம் என் சரித்திரத்தில் இருக்கிறது. என் சின்ன வயது எண்ணங்களுக்குச் செல்ல வேண்டும். நான் வளர்ந்த விதம், ஆளான விதம், என் தகுதிகள் எல்லாவற்றையும் உனக்குச் சொல்ல வேண்டும். பொறுமையுடன் கேட்கிறாயா?

என்னைப் பைத்தியம் என்று மட்டும் சொல்லதே. நான் ஒரு தொட்டால் சுருங்கி. என்னை நீ முறைத்துப் பார்த்தால் போதும். உடனே என் சகலங்களையும் உள்ளே இழுத்துக்கொண்டு என் வழி நடப்பேன். நீ எனக்கு வேண்டாம். உன்னை நான் தொந்தரவு செய்ய மாட்டேன். நான் விஜயனைக் கொல்லப் போகும் இந்தத் திட்டத்தில் உனக்குப் பங்கு வேண்டுமென்றால் என்னைப் பற்றி ஏதும் சொல்லாதே. நான் சொல்வதைக் கேள். குறுக்கே பேசாதே. கேட்டுவிட்டு நான் தீர்மானித்தது சரியா என்று நீயே நிதானித்துக்கொள்.

முதலில் என்னைப் பற்றி. என் பெயர் சாரதி. வயது இருபத்தி எட்டு. என் ஜாதகப்படி நான் பிறந்த நட்சத்திரம் அஸ்வினி. மேஷ ராசி. மூன்று வயதில் ஒரு சம்பவம் எனக்கு ஞாபகம் இருக்கிறது.

என் அம்மாவும் அப்பாவும் எதிர் எதிரே நிற்கிறார்கள். நான் நடுவே படுக்கையில் நின்று கொண்டு ஒன்றும் புரியாமல் விழிக் கிறேன். அப்பா உரக்கக் கத்துகிறார். அவர் கழுத்தில் நரம்புப் பாம்புகள். முகம் முழுவதும் ரத்தம் பாய்ந்து சிகப்பு. அம்மா எதிரே அழுகிறாள். எனக்குப் புரியவேயில்லை. அது ஒரு ஞாபகத் திட்டு. இதை ஏன் இன்றுவரை தெளிவாக நினைவில் நிறுத்தியிருக்கிறேன் என்பது புரியவில்லை. என் நினைவுக்குள் இந்த மாதிரி ஒன்றுடன் ஒன்று சம்பந்தமில்லாத ஞாபக மிதப்புகள் ஏராளம். ஒவ்வொன்றும் சின்னச் சின்னத் தீவுகள். ரத்தத்தை மைக்ராஸ்கோப் மூலம் பார்த்தால் அங்கங்கே சின்னச் சின்ன ஹிமோக்ளோபின் கட்டிகள் மிதக்கும். அதுபோல.

அம்மா ஏன் அன்று அழுதாள்? அப்பா ஏன் அப்படி நரம்பு புடைக்கக் கத்தினார்? தெரியாது.

அப்புறம் என் அப்பாவைப் பற்றிய ஞாபகம், மூங்கில். பச்சை மூங்கில், தென்னை ஓலை. வெள்ளை விரிப்பு. கால் கட்டை விரல்களைச் சேர்த்துக் கட்டிய துணிக் கயிறு. திறந்த வாய், முள் முள்ளாக முகத்தில் மயிர். சில்லென்று என் மேல் கொட்டப்பட்ட குடம் தண்ணீர். ஒற்றை மேளம். பிரி கயிற்றில் சட்டி நெருப்பு. புகை, வீதிவரை பிடித்துக்கொண்டு வரப்பட்ட அம்மா.

அம்மா அழவில்லை!

அது ஏன் என்பது மற்றொரு கேள்வி.

ஸாரி. என் சொந்த அவஸ்தைகளை அபரிமிதமாக உன்னிடம் சொல்லி, 'ஐயோ பாவம்' கேட்க விருப்பமில்லை எனக்கு.

விஜயனும் நானும் ஒரே அலுவலகத்தில் வேலை செய்கிறோம். அங்கே நான் அவனைக் கொல்ல நிறையச் சந்தர்ப்பங்கள் இருக்கின்றன. அங்கே கொல்வதா அல்லது அவனை வீட்டில் கொல்வதா என்று இன்னும் நான் தீர்மானிக்கவில்லை. யோசிக்கவேண்டும்.

முதலில் விஜயனும் நானும் நண்பர்களாகத்தான் இருந்தோம். ஆத்ம நண்பர்கள்தாம். அவனும் நானும் எப்போது பிரிந்தோம் என்று திட்டமாக என்னால் சொல்ல முடியும். ஆரம்பத்தில் எத்தனை நட்பு! என் மன உளைச்சல்கள் அத்தனையையும் அவனிடம் சொல்லித் தீர்த்து, எத்தனையோ முறை ஆறுதல் தேடி யிருக்கிறேன். என் கனவுகளை அவனிடம் சொல்லியிருக் கிறேன். என் பயங்களை, என் வினோத சஞ்சலங்களை, உலகில் நடக்கும் எத்தனையோ பொய்யான விஷயங்களைப் பற்றிய என் சலிப்பை, பொய் உதவாது எனக்கு. யாராவது தீர்மானித்துப் பொய் சொன்னால் உடனே அடித்துவிடுவேன். என் மனைவி யாயிருந்தாலும் சரி, தெருவில் போகிற அந்நியனாக இருந் தாலும் சரி, பொய்யைப் பார்த்தால் பற்றிக்கொண்டு வருகிறது. இந்தக் கோபத்தை அடக்க நான் எவ்வளவு தவித்திருக்கிறேன் தெரியுமா? நம் தின வாழ்க்கையில் எத்தனை பொய்கள் சொல் கிறோம்? அஞ்சு ரூபாய்க்குச் சில்லறை கேட்டால் வைத்துக் கொண்டே கடைக்காரன் இல்லை என்று பொய் சொல்கிறான். செய்தித்தாள்கள் பொய் சொல்கின்றன. ரேடியோ, சினிமா எல்லாமே பொய். ரொம்ப நாள் யோசித்ததில் உண்மை என்று தனிப்பட்ட ஒன்று இருக்க முடியுமா என்று சந்தேகமாக இருக்கிறது. உலகத்தின் செயல்பாடுகள் அத்தனையும் பொய் யின் விதவித தராதரங்கள் என்றுதான் படுகிறது. கடவுள் என்று சொல்கிறார்கள். அது ஒன்றுதான் நிஜம். மற்றதெல்லாம் பொய் வடிவங்கள் என்றுகூட நினைத்திருக்கிறேன். ஒருநாள் நான் கடவுளுக்கு ஒரு கடிதம் எழுதினேன். இன்லண்ட் லெட்டர். ஆச்சரியப்படாதீர்கள். எழுதி போஸ்ட் செய்தேன். விலாசம்:

உயர்திரு கடவுள். அவ்வளவுதான். அவர்தான் எங்கும் இருக் கிறாரே. மேல் விலாசம் தேவையா என்ன? அந்தக் கடிதம் போய்ச் சேர்ந்திருக்கும் என்றே எண்ணுகிறேன். அதில் நான் எழுதியிருந்தது இதுதான். என்றும் சந்தேகம், அடிக்கடி

எழுகிறது. எனவே இந்த லெட்டர் கண்டவுடன் கீழ்க்கண்ட விலாசத்துக்கு உடனே பதில் போடவும்.

ஜே.வி. சாரதி,

18, 3வது ஸ்டேஜ், 4வது பிளாக்,

வெஸ்ட் ஆஃப்கார்ட் ரோடு,

பெங்களூர் - 500 040.

கடவுளுக்குக் கடிதம் எழுதுவதாவது! என்ன பேதைமை என்று யோசிக்கிறாயா? அதற்கு எனக்குப் பதில் வந்ததே! ஆம். இன்னும் வைத்திருக்கிறேன். அந்தப் பதிலை.

இடம்: எல்லாம்

நேரம்: எப்பொழுதும்

அன்பு மிக்க திரு. ஜே.வி. சாரதி,

உன் கடிதம் கிடைக்கப் பெற்றேன். வந்தனம். நான் இருக்கிறேனோ, இல்லையோ என்ற உன் சந்தேகத்தைத் தீர்ப்பதற்கு நீ இந்தப் பதில் கடிதத்தைப் பெறுவதே போதுமல்லவா? கலங்காதே! ஆசிகள்.

அன்புடன்,
கடவுள்

மணியான எழுத்து, குண்டு குண்டாக. இந்தப் பதில் எப்படி வந்தது என்பதை ஆச்சரியத்துடன் யோசித்தேன். தபால் முத்திரையைப் பார்த்தேன். பெங்களூர் - 1 தலைமைத் தபால் நிலையத்துக்கு வருவது பொருத்தம்தானே?

‘தலைவர் அன்னவர்க்கே சரணம் நாங்களே’ என்று சொன்னது எத்தனை பொருத்தம்!

இந்தக் கடவுள் கடிதத்தைப் பற்றி மற்றொரு விஷயம் இருக்கிறது. அப்புறம் சொல்கிறேன்.

எனக்கு எப்பொழுது இந்தக் கொல்லும் இச்சை ஏற்பட்டது என்று தெளிவாகச் சொல்ல முடியவில்லை. விஜயனை எப்போது இலக்காக நினைத்தேன் என்பதும் அவ்விதமே. இரண்டு வருடங்களாகவே எனக்கு உடம்பு ஒரு மாதிரிதான் இருந்து வருகிறது. பிற விஷயங்களில் அக்கறை இல்லாமல் இருப்பதிலிருந்து

ஆரம்பித்தது. காலை எப்போதும் ஆறு வரை தூங்குவேன். திடுதிப்பென்று தூக்கமின்மை ஆரம்பித்தது. இரவு மூன்று மணிக்கு எழுந்துவிடுவேன். எங்கே இருக்கிறேன் என்று சற்று நேரம் சஞ்சலம். அருகே மனைவி படுத்திருப்பாள். இவள் யார்? இவளுக்கும் எனக்கும் என்ன சம்பந்தம்? மனித வாழ்க்கை என்னும் அலகிலா பிரயாணத்தில் என்னுடன் ஒண்ட வந்த சக யாத்ரியா? திடீரென்று எனக்குப் பயமாக இருக்கும். இறந்த பின் நான் என்ன ஆகப் போகிறேன்? என் உடலை அவர்கள் அழுது தீர்த்துவிட்டு எரிக்கும்போது எனக்கு நினைவு மட்டும் பாக்கியிருந்து அலற வேண்டும் என்று தோன்றி அலற முடியாத நிலையில் இருந்தால், ஐயோ! எரிகிறதே, பாவிகளா! எரிகிறதே! என்னை இழுத்துப் போடுங்களேன். இந்த மாதிரி பயம். உடனே அந்த மாதங்கள் முழுவதும் சாவைப் பற்றிய புத்தகங்களைப் படிக்க ஆரம்பித்தேன். ஞாபகம் என்பது மூளைக்குள் செயல்படும் சின்னச் சின்ன ரசாயன மின்சாரச் சுழற்சிகள். மூளைக்கு ரத்தம் பாய்வது நின்ற பிறகு அந்தச் சுழற்சிகள் நின்று போய்விடும். சாவு என்பது ஒரு பரிபூரண முற்றுப்புள்ளி. அதன்பின் ஒரு சாதா இருட்டு. ஒரு வெட்டு. அவ்வளவுதான். சாவு என்பது தொடர்ந்தேத்தியான ஒரு செயல் பாட்டில் ஓர் அம்சம். சட்டையை உதறி விட்டு வெட்ட வெளியில் காற்றாக மிதந்து மற்றொரு சட்டைக்குள் நுழையும் சாகசம், இப்படி ஒருத்தர்.

கிறித்துவக் கோட்பாட்டின்படி சாவு என்பது ஜட்ஜ்மெண்ட் தினத்துக்குப் பூமிக்கு அடியில் காத்திருக்கும் உறைவு... குரானும் அதே சொல்கிறது. இதில் யார் நிஜம், பொய் புரியவில்லை. கொஞ்சம் காலமாக இதைப் பற்றி நினைப்பதை விட்டுவிட்டேன். கண்ணாடி பார்க்க ஆரம்பித்துவிட்டேன். மணிக்கணக்காக பாத்ரூமில் இருக்கும் கண்ணாடி. தலை வாரிக்கொள்ளும் சதுரக் கண்ணாடி, தியேட்டர், கடைத் தெருவில் அகஸ்மாத்தாகத் தெரியும் கண்ணாடிகள் எல்லாவற்றிலும் தயங்கி நின்று என்னையே, வைத்த கண் வாங்காமல் என்று சொல்லுவார்களே அப்படிப் பார்த்துக்கொள்வேன். அதில் என்ன வசீகரம் இருந்தது? நான் ஒன்றும் ஆணழகன் இல்லை. சின்ன மனிதன். என் உயரம் ஐந்து மூன்று. அதுவும் பூட்ஸ் போட்டால், பல கண்ணாடிகளில் நெற்றி வரைதான் தெரிவேன். முழு முகம் தெரிந்த கண்ணாடிகளில் எதிரே தெரிந்த பிம்பம் என்னிலிருந்து வேறுபட்டிருந்த விந்தையை என்ன சொல்வேன்? வேறு ஏதோ ஓர் அந்நியனைப் பார்ப்பது போல இருக்கும். தீவிரமாக ஆராய்வேன்.

கேசம், சின்ன நெற்றி, அடர்ந்த புருவங்கள், முக்கோண வடிவ முகம், திராணியில்லாத கண்கள், மூக்கின் உள்ளே ஏர்ஸ்பிரிங் போல மயிர், தூக்கலான பற்கள், பாத்ரூமில் என் அத்தனை உடைகளையும் கழற்றி விட்டு ஸ்டூல் மேல் ஏறிக்கொண்டு ஆராய்வேன். அந்த உடல் என்னுடையதல்ல... வேறு யாரு டையதோ. எனக்குத் தாற்காலிகமாக அளிக்கப்பட்ட சட்டையே அது. எதிரே நிற்கும் என்னிடமிருந்து வேறுபட்ட ஓர் இயக்கம் அதற்கு இருக்கலாம் என்று யோசிப்பேன். நான் நகர்ந்து சென்றால் அது அங்கேயே இருக்கும் என்றுகூடத் தோன்றியது.

கொஞ்ச நாள் கான்ஸ்டிபேஷனில் தவித்தேன். இரண்டு நாள், மூன்று நாள் கல் குடலாக, டாக்டரிடம் பழுத்த நிறத்தில் தூள் வாங்கி வெந்நீரில் கரைத்துச் சாப்பிட்டால் சரியாகும். தினமா சாப்பிடுவது... நிறுத்தினால் மறுபடி... அதற்கும் என் மன நிலைக்கும் சம்பந்தம் இருக்குமோ என்று வியந்தேன். அட்டகாச நினைவுகளில் என் மனம் அலையும்போது அந்த உபாதையும் வந்து சேர்ந்துகொள்ளும். சின்னச் சின்ன விஷயங்களுக்கெல் லாம் கோபித்துக்கொண்டு மனைவியுடன் பேசாமல் இருப்பேன். ஒரு வாரம், இரண்டு வாரம், ஒரு வார்த்தை, இரண்டு வார்த்தை பதில்கள்தான். என் மனைவியைப் பற்றி நினைக்கையில் ஒருசமயம் தாபம் என்னுள் பெருகி ஓடும். எனக்கு வேலை கிடைத்தவுடன் கல்யாணம் செய்து வைத்துவிட்டாள் அம்மா. என் அம்மாதான் என்னை வளர்த்து ஆளாக்கியவள். அப்பாவின் முகம் நான் முன்பு குறிப்பிட்ட இரண்டே இரண்டு பிம்பங்களில் தான் ஞாபகம் இருக்கிறது. சின்ன வயதில் என்னை வளர்த்து, படிப்புக் கொடுத்து, வீடு வீடாகச் சென்று உழைத்து, என் வளர்ச்சியே அவள் வாழ்வின் ஆதர்சமாக வைத்துக்கொண்டு தனக்குப் புதுசு வேண்டாம், தின்பண்டம் வேண்டாம், எல்லாம் என் பிள்ளைக்கு என்று வளர்த்தவள். அம்மாவைப் பற்றி நினைத் தால் எப்போதும் எந்த இடத்திலுமே எனக்குக் கண்களில் நீர் துளிர்க்கும்.

அம்மா பார்த்து வைத்த பெண்தான் ஜெயலட்சுமி. இதை அவளிடம் நான் திரும்பத் திரும்பச் சொல்வேன். நீ என்னை மணந்ததற்கு அவளுக்கு தாங்க்ஸ் சொல்லு என்பேன். கல்யாணம் ஆன புதிதில் - ஏன் முதல் இரவின் போதும்கூட அவளிடம் என் அம்மாவைப் பற்றித்தான் பேசிக்கொண்டிருந்தேன். மணிக் கணக்காக, தினக்கணக்காகப் பேசியிருக்கிறேன். ஒரு தடவை

'அம்மா பைத்தியம் பிடிச்சு அலையறீங்க' என்று சொல்லி விட்டாள். ஒருவாரம் அவளுடன் பேசவில்லை.

என் மனைவி என் உயரம் இருக்கிறாள். நல்ல கட்டையான சுருட்டை சுருட்டையான முரட்டுத் தலை மயிர். நெற்றியில் குங்குமம் இல்லாது அவளை நான் பார்த்ததில்லை. ஏழைமையான குடும்பத்தில் பிறந்த ஆறாவது பெண். இடுப்பில் புடைவைத் தலைப்பைச் செருகிக் கொண்டு வீட்டு வேலைகளைச் சடசட என்று முடித்துவிடுவாள். எத்தனையோ உப்புமா சாப்பிட்டிருக்கிறாய். இவள் செய்வது வேறுவிதமாக இருக்கும். ஒரு நிரடல் இருக்காது. முந்திரிப் பருப்பு பொன் போல் விழிக்கும். அவள் கைக்கென்றே ஒரு வாசனை இருக்கும். ஆனால், அம்மா போல் வராது. அவள் செய்வது வேறு வித அமுதம். எப்போதும் எது செய்தாலும், 'உங்க அம்மா பண்ற மாதிரி இருக்கா?' என்று கேட்பாள். நான் 'ம்ஹூம்' என்று தலையை ஆட்டுவேன். 'அதற்கு மற்றொரு அம்மா பிறந்து வர வேண்டும்' என்பேன்.

ஜெயலட்சுமியும் என் அம்மாவும் என் மனத்தில் போட்டி போட்டார்கள். இதில் என் மனைவி வென்றது என் பலவீனத்தின் ஒரு மகத்தான எடுத்துக்காட்டு. கல்யாணம் ஆன புதிதில் அம்மா எங்களுடன்தான் இருந்தாள். அந்த நாள்கள் நான் நிறைய அவஸ்தைப்பட்டேன். ஜெயலட்சுமியுடன் இந்த அறையில் படுத்திருக்கையில் கூடத்தில் அம்மா படுத்திருக்கும்போது, ஜெயி என் மேல் வந்து படரும்போது அதிகக் குற்ற உணர்ச்சி மேலிட அவளை விலக்குவேன். அம்மா அங்கே படுத்திருக்கும்போது இந்தக் கீழ்த்தரமான செயலில் இறங்குவது எனக்கு மகா பாவமாகப்பட்டது. காந்தியின் சுயசரிதம் படித்திருக்கிறாயா? அதுபோலத்தான் அவஸ்தைப்பட்டேன். அப்புறம் வீட்டு வேலை. அம்மா கூடம் பெருக்குவதைப் பார்த்து எனக்குக் கோபம் வரும். 'அவள்தான் இருக்கிறாளே, நீ ஏன் இதையெல்லாம் செய்கிறாய்? ஏன் ஜெயி, எதுக்காக நீ வேடிக்கை பார்க்கறே?' என்று அதட்டுவேன். 'உங்க அம்மாதான் பெருக்கறேங்கறார்.'

'உங்க அம்மா என்று சொல்லாதே. அவ உனக்கும் அம்மா மாதிரிதான்.'

அப்படி அவளால் நினைக்கவே முடியவில்லை. அதில் ஆரம்பித்தது பிளவு. ஆபீசிலிருந்து வீட்டுக்கு வந்தால் இரண்டுபேரும் இரண்டு மூலை. நான் நடுவில் நின்றுகொண்டு என்ன

செய்வேன், மனைவி மேல் பாய்வேன். அழுவாள். இது தினப் படி தாங்க முடியாமல் பார்க்கில் போய் உட்காருவேன். இதை யெல்லாம் உனக்கு எதற்குச் சொல்ல வருகிறேன் என்றால் என் மனம் விகாரமடைந்ததற்கு அஸ்திவாரங்கள் இப்படி அமைக்கப் பட்டுவிட்டன. அதைக் கவனிப்பதற்கு.

கடைசியில் அம்மாவே இதற்கு வழி கண்டுபிடித்தாள். 'சாரதி, எனக்கும் உடம்பு முடிகிறது. இந்த உடம்பு முடிகிறவரை நான் ஊர்ல தனியா நம்ப வீட்டில் போய் இருக்கிறதுன்னு முடிவு பண் ணிட்டேன். என்னால் முடியலைன்னா வரேன். ஜெயலட்சுமி தங்கமான பொண்ணு. ஆனா, நான் இருக்கிற வரைக்கும் இங்கே என்னாலே ஏதாவது சண்டை வந்துண்டே இருக்கு. உனக்கு என் பிடிவாதம் நிறைய இருக்கு. எல்லோருக்கும் நல்லது நான் போறதுதான். உனக்குக் குழந்தை பிறந்து அதை வெச்சிக்கிற துக்கு நான் திரும்பி வரேன். தற்போதைக்கு விலகித்தான் இருக்கப் பார்க்கிறேன். எனக்கு இதில் ஒரு கோபமும் இல்லை. சும்மா அவளைப் போட்டு வெற்று விரட்டு விரட்டாதே!'

'போகாதேம்மா!' என்று ஏறக்குறைய அழுதுகொண்டு கெஞ்சி னேன். ம்ஹூம்! பிடிவாதமாக 'மாட்டேன்' என்று விலகிவிட்டாள்.

அவள் போனதும் எனக்கு இருந்த வெறுமையை என்னவென்று சொல்வேன்? அம்மா போன்ற ஆதர்சப் பிறவியை எப்படி இவ ளால் புரிந்து கொள்ள முடியவில்லை? அவ்வளவு முட்டாளா? கிராதகியா என்று மனைவி பேரில் கோபம் வந்து ஒரு மாதம் அவளை ஏறிட்டுப் பார்க்கவில்லை. அப்புறம் இந்தப் பாழாய்ப் போகிற உடம்பு இருக்கிறதே! இருட்டில் அவள் அருகில் மூச்சு விட்டுக்கொண்டிருக்கிறாளே! தொட்டால் மிருதுவாக இருக்கி றாளே! அத்தனை மனிதத் தன்மைகளையும் மீறிக் கொண்டு வரும் அந்த ஆதி காலத்து மூர்க்கம் இருக்கிறதே! அது என்னை வீழ்த் தியது!

வாரா வாரம் லெட்டர் போடுவேன். வாய்ப்புக் கிடைத்த போதெல்லாம் ஓடிப் போய்ப் பார்த்துவிட்டு வருவேன். 'வந்துடு அம்மா. வந்துடு அம்மா' என்று கெஞ்சுவேன். பங்குனி மாதம் என்பாள். சித்திரை என்பாள். வைகாசி என்பாள். வர மாட்டாள்.

வராமலேயே ஜாண்டிஸ் வந்து போய்விட்டாள். இரு, சற்று நேரம் இரு. கண்ணீரை அடக்க முடியாமல் அழுகை வருகிறது. போய் விட்டாள்! எனக்கு யாரும் இல்லை. பெண்டாட்டியால்

என் மனத்தின் அருகில் வர முடியாது. நான் இறக்கும் வரை ஆறுதல் இல்லாத துயரம் இது. என்னை வளர்த்து ஆளாக்கிய, கணவன் இன்றி ஒண்டியாகச் சமாளித்த என் ரத்தம் அவள்...

அவள் இறப்பு என்னில் பிறப்பித்த வடு மிக ஆழமாகிவிட்டது. அம்மா என் கனவுகளில் தோன்ற ஆரம்பித்துவிட்டாள். ஏறக் குறைய தினம் தினம்! அப்போதுதான் அந்த உண்மை தெரிந்தது. அவள் சாகவில்லை. என்னில் இருக்கிறாள் என்று. கண்ணாடியில் பார்த்துக்கொண்டபோது திடீர் என்று என் முகத்தில் அவள் முகம் கரைந்து அவளைப் பார்ப்பேன்.

அதன்பின்தான் இந்த விஜயன் விவகாரம். ஓ விஜயனே! உன்னைக் கொல்லத் துடிக்கிறது என் கைகள். ஏன்? சொல்கிறேன். இப்படிச் சொல்வதால், நான் என்னை நியாயப்படுத்திக் கொள்ளவில்லை. இந்தத் தீர்மானத்திலிருந்து நான் விலகப்போவதில்லை. இதன் நியாய, அநியாயங்கள் என் மனத்துக்குப் புறம்பானவை.

அம்மா இறந்துபோன ஆறாம் மாதம் நான் விஜயனை முதலில் சந்தித்தேன். அவனைப் பார்த்ததுமே எனக்குப் பிடித்துப் போய் விட்டது. கையில் காபிக் கோப்பையுடன் மேஜையில் உட்கார்ந்து ஒரு பத்திரிகை படித்துக்கொண்டிருந்தான்.

'என் பேர் சாரதி!' என்றேன்.

'ஹலோ, ஐம் விஜயன்.'

'ஆபீஸ் நேரத்தில் பத்திரிகை படிக்கிறீங்களே!'

'படிக்கிறீங்களே என்ன? படிக்கிறாய் என்று சொல். வி ஆர் ஃப்ரெண்ட்ஸ்! கொடுத்த வேலை முடிஞ்சு போச்சு. எல்லா ரிப்போர்ட்டும் தயாராயிடுச்சு... படிச்சுக்கிட்டிருக்கேன். எட்டு மணி நேரமும் வேலை இருந்தால் எட்டு மணி நேரமும் செய்வேன்!'

'உங்களை... உன்னைப் பார்த்ததுமே எனக்குப் பிடிச்சு போச்சு!'

'தாங்க்ஸ், இதையே உன்கிட்ட நான் சொல்றதுக்கு உன்னை நான் சரியா தெரிஞ்சுக்கணுமே!'

'எங்கே எல்லாரும்?'

'கொஞ்ச முன்னாலேயே லஞ்சுக்குப் போயிருக்கா... நான் அப்படிச் செய்யறதில்லை.'

'நல்ல பழக்கம்!' என்று உட்கார்ந்தேன். தனியாக இருந்தோம். விஜயனைச் சற்று நேரம் பார்த்தேன்.

'என்ன பார்க்கறே?'

'உன்கிட்ட என்னைப் பத்திச் சொல்லிக்கலாம்ன்னு யோசிச்சுக் கிட்டிருக்கேன்!'

'அது உன் தீர்மானம்!'

'ரகசியமா வெச்சுப்பியா?'

'அதை நான் எல்லாத்தையும் கேட்டப்புறம் சொல்றேன்.'

'மிஸ்டர் விஜயன்.'

'வெறும் விஜயன் போதும்!'

'விஜய், சமீபத்தில் என் மனத்தில் இருக்கிற எண்ணங்கள் என்னை அப்படியே சாப்பிட்டுக்கிட்டு இருக்கு. எதிலயும் எனக்கு அக்கறை, பற்று, ஈடுபாடு இல்லாம போயிடுத்து!'

'அஜீரணமா இருக்குமோ?' என்று சிரித்தான்.

'உபாதை மனசிலே, வயிற்றில் இல்லை!'

'ஸாரி! கோவிச்சுக்காதே சொல்லு!'

'முதல்லே இருந்து சொல்லவா?'

'அரை மணி லஞ்சு! அவா வர்றதுக்குள்ள சொல்லு, மத்ததை தொடரும்னு போட்டு நாளைக்குச் சொல்லு!'

சொன்னேன். பல நாள்கள் சொன்னேன். ஆதியோடந்தமாகச் சொன்னேன். பிறந்தது, வளர்ந்தது, அம்மா என்னை ஆளாக் கியது, கல்யாணம் பண்ணிக்கிட்டது, அம்மா செத்துப் போனது, என் பயங்கள், சாவைப் பற்றிய யோசனைகள், கண்ணாடி பார்த் துக்கிற வேடிக்கை, பொறுமையின்மை, எதிலும் பற்றுதல் இல் லாதது, இன்று வரைக்கும் எனக்குக் குழந்தை பிறக்காததிலே இருக்கிற சந்தேகம், பயம், என் மனைவியைப் பற்றி, கடவு ளுக்குக் கடிதம் எழுதுவதைப்பற்றி, ஒருநாள் விஜயன், ஒரு சிகரெட் பற்ற வைத்து எனக்கும் கொடுத்தான். ஆழமாக இழுத்து யோசித்தான்.

மனைவி கிடைத்தாள் | 81

'நீ உடனே ஒரு டாக்டரைப் பார்க்கணும்!'

'பார்த்தேனே! பார்த்து கான்ஸ்டிபேஷனுக்கு மருந்து வாங்கிக் கிட்டேனே!'

'அந்த டாக்டர் இல்லை. சைக்கியாட்ரிஸ்ட் மனோ வைத்திய நிபுணர், கொஞ்சம் இரு!' டெலிபோன் டைரக்டரியை எடுத்தான். 'ம். பார்க்கலாம், நேஷனல் ஹைவேஸ். நேஷனல் இண்டஸ்ட்ரீஸ்... நேஷனல் இன்ஸ்டிடியூட் ஆஃப் மெண்டல் ஹெல்த் அண்ட் நியூரோ சயன்ஸ், ஹோஸூர் ரோடு, பெங்களூர் - 27 எங்கிருக்கு தெரியுமா? லால்பாக் கேட்டுக்கு டபுள் ரோடு வழியாகப் போனா டிபார்ட்மெண்ட் ஆஃப் சைக்கியாட்ரி. அங்கே போ! முதல்லே!'

'எனக்குப் பைத்தியம்கறியா!'

'இல்லை. அப்படிச் சொல்லலை. ஆனால், இந்த மாதிரி எண்ணங்கள்ளாம் உனக்கு வரக்கூடாது. ஸம்திங் அப்நார்மல். எனக்கென்னவோ நீ ஒரு விளிம்பில் இருக்கேன்னு தோணுது. இந்தப் பக்கம் நாங்க. அந்தப் பக்கம் ஒரு பாதாளம்! குதிக்கிற துக்கு முன்னாடி போய்ப் பார்க்கறது நல்லது. நான் வேணா போன் பண்ணிக் கேக்கட்டுமா?'

'இல்லை. நானே போறேன்!'

'உன்னை நம்ப முடியாது. நான் போன் பண்றேன். ஏன்னா இந்தக் கட்டத்தில் அதுதான் நல்லது. பயப்படாதே. இப்ப நீ என்கிட்ட சொன்னதை டாக்டர்கிட்ட சொல்லு. அவங்கள்ளாம் நல்லவங்க. உன் மாதிரி ஆள்களுக்கு ஒத்தாசை செய்யறதுக்குத்தான் இருக் காங்க.'

டெலிபோனை எடுத்துச் சுழற்றின விஜயனை நான் கண் கொட்டாமல் பார்த்தேன். இவனுக்குத்தான் என் பேரிலே எத்தனை அக்கறை! புதிதாக ஓர் உற்சாகம் வந்தது எனக்கு! அவன் சொல்றது சரிதான். எனக்கு மனோதத்துவ உதவி தேவையாக இருக்கிறது.

அந்த இன்ஸ்டிடியூட் தனியா உயரமா நீண்ட கட்டடம். எதிரில் பெங்களூர் டெய்ரி. பால் பண்ணையைப் பார்த்ததும் எனக்கு அம்மா ஞாபகம் வந்தது. பஸ்ஸில் இருந்து இறங்கி நடந்தேன்.

பெரிய பெரிய மரங்கள். நீளமான காரிடார், க்ளினிகல் சைக்காலஜி, நியுராலஜி, நியுரோ ஸர்ஜரி, நியுரோ அனஸ்தஸிஸ். எத்தனை பிரிவுகள்! எத்தனை பேர்! இவர்களுக்கெல்லாம் பைத்தியமா? நார்மலாகத்தானே நடந்துக்கறாங்க...

அந்த இடத்தின் அமைதியான சூழ்நிலையில் எனக்கு ஓர் ஆறுதல் பிறந்தது. முதலில் ஒரு டிக்கெட் வாங்கிக்கொள்ளும்போது ஓர் இளம் டாக்டர் என்னைப் பார்த்துப் பேசினார்.

'டாக்டர் யாரு?' என்றார்.

புரியாமல் விழித்தேன். 'முதல்ல இப்பத்தான் வரனே்' என்றேன். 'விஜயன்னு ஒருத்தர்... டாக்டர் சந்திரசேகருக்கு டெலிபோன் பண்ணார்!'

'டாக்டர் விஜயன்?'

'அவர் டாக்டரல்ல என் நண்பர்.'

'டாக்டர் சந்திரசேகர்.'

'ஆமாம்!'

'டாக்டர் சந்திரசேகரைப் பார்க்கணுமா? கொஞ்சம் இருங்க, பேர் என்ன?'

'சாரதி.'

'வயசு?'

'முப்பது.'

சின்னச் சின்னக் கேள்விகள். நான்கு பக்க ஃபாரம். அதை நான் சொல்லிக்கொண்டே வர நிரப்பினார். 'என்ன ட்ரபிள் உங்களுக்கு?'

'எண்ணங்கள்!'

'அப்படியா! இன்னும் கொஞ்சம் விவரமா சொல்ல முடியுமா?'

'இதையே மறுபடி நான் டாக்டர் சந்திரசேகர் கிட்ட சொல்லணுமில்லே?' என்னை அந்த ஆசாமி முறைத்துப் பார்த்து, சரக்கென்று சீட்டைக் கிழித்து, 'இப்படியே நேரா போனீங்கன்னா முதல் மாடியில் எட்டாம் நம்பர் ரூம்' என்றார்.

அந்த ரூமில் குறுந்தாடியுடன் ப்ளாய்லர் என்பவரின் படம் இருந்தது. தூய வெண்மையில் சுருக்கங்களுடன் திரை இருந்தது. அதன் பின்னால் மேஜை அருகில் பட்டை ப்ரேம் கண்ணாடியும் பெரிய மூக்கும் ஊடுருவும் கண்களுமாக டாக்டர் சந்திரசேகர் உட்கார்ந்திருந்தார். சீட்டைப் பார்த்து, ‘உட்காருங்க மிஸ்டர் சாரதி’ என்றார் மெல்லிய குரலில்.

‘சொல்லுங்க. என்ன ட்ரபிள் உங்களுக்கு?’

‘டிப்ரஷன் டாக்டர்’ என்றேன்.

‘டிப்ரஷன் என்பது பொதுவான வார்த்தை, விவரமாகச் சொல் லுங்க’ என்றார். மறுபடி அந்த சீட்டில் எழுதியிருப்பதைப் பார்த் துக்கொண்டே, டெலிபோன் மணி அடிக்க அதில் சிரித்துப் பேசினார். காத்திருந்தேன். இவரிடம் எல்லாவற்றையும் சொல்ல வேண்டும். எங்கிருந்து ஆரம்பிப்பது என்று தவித்தேன்.

‘எங்க ஆரம்பிக்கிறதுன்னு உங்களுக்குத் தயக்கமாக இருக்கில்ல? ஓகே. நான் கேள்வி கேட்கறேன். டிப்ரஷன்னு சொல்றீங்க? அந்த வார்த்தையை எங்கே படிச்சீங்க?’

‘ஒரு புஸ்தகத்தில்.’

‘என்ன புஸ்தகம்?’

‘சைக்கியாட்ரி பற்றிய புஸ்தகம்!’

‘ஓ! இன்ட்ரஸ்டிங்! எதுக்கு அந்தப் புஸ்தகத்தைப் படிச்சீங்க?’

‘எனக்கு என்ன ஆச்சின்னு குழப்பத்தில் மனத்தைப் பற்றிய எல்லாத்தையும் படிச்சுத் தீர்த்துடறதுன்னு ஆர்வத்தில் டாக்டர், எனக்கு ஒரு மேனிக் டிப்ரஸிவ் ஸ்டேட் இருக்குன்னு நினைக்கிறேன். டார்னாய்ட்?’

அவர் சிரித்து, ‘முதல்ல அந்தப் புஸ்தகங்களை எல்லாம் தூக்கி எறிங்க. உங்களுக்கு இருக்கிற கற்பனை போதாதுன்னு இது வேறே! அந்தப் புஸ்தகங்களையெல்லாம் படிக்க வேண்டியது நாங்க. நீங்க படிச்சா அரை குறையா புரியும். இந்த மாதிரி பெரிய வார்த்தைகள் எல்லாம் உபயோகிக்கத் தோணும். சொல்லுங்க. சைக்கியாட்ரி தவிர வேறு ஏதாவது படிச்சீங்களா?’ என்றார்.

‘தியாலஜி கொஞ்சம். கடவுள் தத்தவத்தைப் பத்திக் கொஞ்ம்!’

‘தட்ஸ் இன்ட்ரஸ்டிங்...’ குறிப்பெடுத்துக்கொண்டார். ‘உங்க மனசில கடவுள்ங்கிறது யாரு?’

‘ஒரு பொண்ணு! எங்கம்மா!’

‘அப்படியா மிஸ்டர் சாரதி! அது போகட்டும். சமீபத்தில் நீங்க பார்த்த கனவு ஏதாவது தெளிவா ஞாபகமிருக்கா?’

‘தூங்கினாத்தானே கனவு?’

‘தூங்கறதே இல்லையா?’

‘எண்ணங்கள் என்னைத் துரத்துது டாக்டர்.’

‘என்ன எண்ணங்கள்?’

‘ஒரு பத்து ஆசாமிக்கு உண்டான எண்ணங்கள்!’

‘நீங்க செக்காவ் பற்றிப் படிச்சிருக்கீங்களா?’

‘இல்லை. ஏன்?’

‘I dream the dreams of ten menனு அவர் சொன்னார். உங்க கனவு ஒண்ணுகூட ஞாபகமில்லையா?’

‘ஒண்ணே ஒண்ணு ஞாபகமிருக்கு!’

‘சொல்லுங்க...’

‘ஒரு பெரிய பாலம். இல்லை அணைக்கட்டு. இந்தப் பக்கம் தண்ணி தேங்கித் தளும்பறது. அதை எட்டிப் பார்க்கறேன். நூறு அடி நூத்தம்பது அடி ஆழம் தண்ணி இருக்கு. அணைக்கட்டை ஒட்டி ரோடு போறது. பாரப்பெட் சுவர், இடுப்பு உயரத்துக்கு இருக்கு. ரோடில் நடக்காம அந்த பாரப்பெட் சுவர் மேல நடக்கறேன், சர்க்கஸ்காரன் மாதிரி பாலன்ஸ் பண்ணிக்கிட்டு...’

‘ஐஸீ! இந்தக் கனவு திரும்பத் திரும்ப வர்றதா?’

‘சொல்லத் தெரியலை. ஆனா ஞாபகம் இருக்கு.’

‘எப்பவாவது விழுந்தீங்களா அந்தத் தண்ணில?’

‘இல்லை, நடந்துகிட்டே போறேன்.’

'சாரதி, உங்க கண் பார்வை எப்படி? உடல் நலம் எப்படி?'

'கண் சரியாத்தான் இருக்கு. தூரப் பார்வை, கிட்டப் பார்வை எல்லாம் ஒருமுறை டெஸ்ட் பண்ணியிருக்கு. கொஞ்சம் கான்ஸ் டிபேஷன் உண்டு. வயிறு மந்தமா இருக்கும் அடிக்கடி.'

அவர் ஒரு புத்தகத்தைப் பிரித்தார். 'இந்தப் படத்தைப் பார்த்த துமே உங்களுக்கு என்ன தோணுது?'

'இதுக்குத்தானே ரோஷார்ஷ் சித்திரம்னு சொல்வாங்க?'

'கவலைப்படாதீங்க! நீங்க சைக்கியாட்ரி புஸ்தகத்தில் படிச்ச தெல்லாம் மறந்துடுங்க. படத்தைப் பார்த்ததும் என்ன தோணுது?'

அவர் காட்டிய சித்திரத்தைப் பார்த்ததும் சொன்னேன். 'மீசை வெச்ச ஆள் மேகத்தைப் பார்த்துக்கிட்டிருக்கான். அவர் மார்ல ரெண்டு கண்ணு மூக்கு...'

'இது?'

விதவிதமாக இங்க் கறை படிந்த சித்திரங்களைக் காட்டினார். எனக்குப் பட்டதைச் சொன்னேன். என் ரிஃப்ளெக்ஸ் பார்த்தார். எழுதச் சொன்னார். கலர் கலரான புள்ளிச் சித்திரங்கள் காட்டி னார். ரத்த அழுத்தம் எடுத்தார். இதயத்தைக் கேட்டார். நிறையப் பேசினார்.

'கடவுளுக்குக் கடுதாசி எழுதினீங்களா?'

'ஆமாம். பதில் கூட வந்தது டாக்டர். நான் ரொம்ப ஆழமான பக்தன். எங்கம்மா கூடக் கோயிலுக்குப் போவேன். ஒம்பது கிரகத்தையும் தொட்டுத் தொட்டுக் கும்பிடுவேன். சைவ வைஷ் ணவர் கோயில், சர்ச் எங்க வேணா போவேன். எனக்குத் திடீர்னு பயம் வரும் டாக்டர். எங்கம்மாவை எரிச்சது தப்புன்னு. மகனே எனக்கு இன்னும் நினைவு மட்டும் இருக்குடா. பொசுக் காதேன்னு கூப்பிடற மாதிரி... அய்யய்யோ! அவள் எழுந்து வரச் சந்தர்ப்பம் கொடுக்காம எரிச்சுட்டமே! என்று... என்ன காரியம் செஞ்சுட்டம்னு ராத்திரி பூரா அழுவேன்.'

அழுதேன்.

'மிஸ்டர் சாரதி என்ன இது?' என்று அதட்டினார். நான் அழுது முடிக்கும் வரையில் காத்திருந்தார்.

'சிகரெட் குடிப்பீங்களா?'

'எப்பவாவது.'

'கஞ்சா, சரஸ் ஏதாவது அடிச்சிருக்கீங்களா?'

'இல்லை...'

'வீட்டில் யார் யார் இருக்காங்க?'

'என் மனைவி. அவ்வளவுதான். குழந்தை இல்லை.'

'நீங்க இப்ப இங்க வந்திருக்கிறது உங்க மனைவிக்குத் தெரியுமா?'

'இல்லை. விஜயனுக்கு மட்டும்தான் தெரியும்.'

'விஜயன் யாரு?'

'உங்களுக்கு போன் பண்ணவன். என் சிநேகிதன். ஆபீஸ்ல கூட வேலை செய்யறான்.'

'அவரை ஏன் கூட்டிட்டு வரலை?'

'அவன்தான் தைரியம் சொல்லித் தனியாகப் போய்ப் பார்க்கச் சொன்னான்.'

அவர் எழுதினார். 'ராத்திரி இந்த மாத்திரை சாப்பிடுங்க. அப்புறம் நீங்க இங்க வந்து ஒரு வாரம் இருக்க முடியுமா இன்பேஷண்டா? சௌகரியம் எப்படி? உங்க வீடு எங்கே?'

'ராஜாஜி நகர்.'

'உங்க மனைவியை அழைச்சுக்கிட்டு வந்து தங்க முடியுமா?'

'எதுக்கு டாக்டர்? எனக்கு என்ன? பைத்தியமா?'

'சேச்சே! ஆனா ஒருவாரம் இருந்து ஒரு சின்ன ட்ரீட்மெண்ட் எடுத்துக்கறது நல்லது. பயப்படாதீங்க. தினம் ஒரு இன்ஜெக்ஷன். அவ்வளவுதான்...'

'இன்ஸுலின் ஷாக்கா?'

'இத பாருங்க. நான் சொன்னேன் இல்லே. படிச்ச புஸ்தகத்தை எல்லாம் மறந்துடுங்கன்னு. ஆனா நீங்க ஒருவாரம் வந்து இருக்கணும். நாளைக்கே அட்மிட் ஆயிடறது நல்லது.'

'இன்ஜெக்ஷனை எழுதிக் கொடுத்திடுங்களேன், அங்கே டாக்டர்கிட்டே குத்திக்கறேன்.'

'அப்படி இல்லை. ரியாக்ஷன் அப்ஸர்வ் பண்ணணும். நீங்க இன் பேஷண்டா இருக்கிறதுதான் நல்லது. வரீங்களா?'

'இந்த மாத்திரை?'

'வெறும் தூக்க மாத்திரை... நீங்களே சொந்த வைத்தியமா சாப்பிட்டுப் பார்த்திருப்பீங்களே?'

'ட்ராங்க்விலைஸர்தான் சாப்பிட்டேன். லிப்ரியம்...'

'அதெல்லாம் விடுங்க. நாளைக்கு இதே நேரத்தில் வந்துடுங்க என்ன? ஒண்ணும் இல்லை உங்களுக்கு. யூ ஆர் ஆல் ரைட்.'

'யு ஆர் நார்மல்னு சொல்லுங்களேன் டாக்டர்.'

'ஆல் ரைட் நார்மல்! நாளைக்கு வரபோது அந்தக் கடவுள்கிட்ட இருந்து வந்த பதில் கடிதத்தைக் கொண்டு வரீங்களா?'

'கட்டாயம்.'

ஆட்டோ ரிக்ஷாவில் திரும்பும்போது டாக்டர் என்னைப் பற்றி என்ன நினைத்துக்கொண்டிருப்பார் என்று தீவிரமாக யோசித்துப் பார்த்தேன். 'நார்மல் என்றால் எதற்கு ஒரு வாரம் வந்து மெண் டல் ஆஸ்பத்திரியில் படுக்கவேண்டும்? எதற்கு இன்ஜெக்ஷன்? நான் அவரிடம் நிறையப் பேசிவிட்டேன். அதில் ஏதாவது தப்பா? இல்லை அதிலிருந்து என் மன நிலையை ஊகித்து எனக்குச் சிகிச்சை தேவை என்று தீர்மானித்து, சேச்சே! அங்கே போவதே தப்பு. இப்போது என் மனைவியிடம் இதை எப்படிச் சொல்வேன்? மெண்டல் ஆஸ்பத்திரியில் நாளை அட்மிட் ஆக வேண்டும் என்றால் அவள் இல்லாததை எல்லாம் கற்பனை பண்ணிக்கொண்டு... இந்த ஸ்பெஷலிஸ்ட் டாக்டர்களே மோசம்! ராஸ்கல்கள்! இந்த இன்ஜெக்ஷனை வீட்டில் ஏற்பாடு செய்துகொண்டால் என்னவாம்! அதிலிருந்தே தெரிகிறது! சாதாரண இன்ஜெக்ஷன் இல்லை அது... ஷாக்! மின்சாரம்! இல்லை ஏதோ பெரிய மயக்க மருந்து, வேண்டாம். நான் போக மாட்டேன். எனக்கு என்ன? ஒன்றுமே இல்லை. இந்த ஆட்டோ ரிக்ஷா பெங்களூரில்தான் ஓடுகிறதா? என் அம்மா உயிருடன் தான் இருக்கிறாள். என் குழந்தையாக மறுபடி பிறக்கப்

போகிறாள். அவதாரம் எடுக்கப் போகிறாள். என் மனைவிக்குப் பிறக்கவில்லை என்றால் இருக்கிற பெண்களை எல்லாம் கற் பழித்து ஒருத்தியிடம் பெற்றுக்கொள்வேன். இது தேவ லோகத்து ரகசியம். சிதம்பர ரகசியம். பொற்றாமரைக் குளம், நிறுத்து.'

மத்தியானம் லஞ்சின்போது விஜயன் என்னைப் பார்த்தான்.

'என்ன போயிருந்தாயா?' என்றான்.

'ம்.'

'என்ன சொன்னார்? அவர் ரொம்பப் பெரிய டாக்டராம்.'

'ஆஸ்பத்திரியில் அட்மிட் ஆக வேண்டுமாம்.'

'குட்! நல்லது, லீவு எடுத்துக்கொள். அங்கே போய் அக்கடா என்று படுத்து விடு!'

'நான் போகப் போவதில்லை!'

'என்ன?'

'எனக்கு ஒன்றும் இல்லை. நார்மல் என்று சொல்லிவிட்டார்.'

'பின் ஏன் அட்மிட் ஆகும்படி சொன்னாராம்?'

'ஏன்? நீதான் சொல்லேன்.'

'சாரதி! பிடிவாதம் பிடிக்காதே! அவர் விஷயம் தெரிந்தவர்! அவர் சொல்லுகிறபடி கேள்!'

'நான் போக மாட்டேன்!'

'டோன்ட் பி ஸ்டுபிட்!'

'அவர்தான் ஸ்டுபிட். நார்மலாக இருக்கிற ஆசாமியை எதற்கு வரச் சொல்ல வேண்டும்?'

'நார்மல் என்று ஒப்புக்கு, உனக்குத் தைரியம் அளிக்கச் சொல்லி யிருப்பார்! யு ஆர் நாட் நார்மல்!'

'பின் ஏன் டாக்டர் பொய் சொல்ல வேண்டும்? பொய் எனக்குப் பிடிக்காது!'

விஜயனுக்குக் கோபம் வந்தது. 'லுக், ஸம்திங் இஸ் ராங் வித் யு. டெரிபிளி ராங் வித் யு. அதற்கு ஒரே சிகிச்சை அவரிடம்தான் இருக்கிறது. நீ நிச்சயம் அங்கே போக வேண்டும்.'

'ஜெயி, பயப்படுவாள்!'

'அவளிடம் நான் சொல்கிறேன்! சமாதானப்படுத்துகிறேன்.'

'நீ என்ன என் பெண்டாட்டியுடன் பேசுவது?'

'தேர் யு கோ எகய்ன்' விஜயனின் கரங்கள் நடுங்கின. கிளாஸில் தண்ணீர் நிரப்பிக் குடித்தான். நான் கிளம்பினேன்.

'சாரதி! போகாதே. உன்னிடம் ஒன்று சொல்ல வேண்டும்.'

'என்ன?'

'எனக்கு உன்னைப் பற்றிக் கவலையாக இருக்கிறது. சாரதி! நீ கடவுளுக்குக் கடிதம் எழுதினாயே, ஞாபகம் இருக்கிறதா?'

'ம்! பதிலை எடுத்து வரச் சொல்லியிருக்கிறார்!'

'அந்தப் பதில் எழுதியது யார் தெரியுமா? நான்தான், முட்டாளே நான்தான். கடவுளாவது பதில் எழுதுவதாவது! அது என் கையெழுத்து...'

நான் அதிர்ந்து போய், 'அடப்பாவி!' என்றேன்.

'இன்னும் கேள்! நீ உன்னைப் பற்றி என்னிடம் என்னவெல்லாம் சொன்னாய் தெரியுமா? உனக்கே ஞாபகம் இருக்காது. உன் இளமைக் காலத்து நினைவுகள் பற்றி, உன் அம்மா உன்னை வளர்த்தது பற்றி, ஆளாக்கியது பற்றி, சுற்றுப்பட்ட மனிதர்கள் பற்றி... அதை டாக்டரிடம் சொன்னாயா?'

'ம்!'

'நீ குறிப்பிட்ட அந்த நிகழ்ச்சிகளில் வெட்ட வெளிச்சமாக எனக்கு ஒன்று தெரிகிறதே. அது உனக்குத் தெரிகிறதா?'

'என்ன?'

'சொல்லட்டுமா, தாங்கிக்கொள்வாயா?'

'சொல்லு, சொல்லு. நான் நார்மல். எதையும் தாங்குவேன்.'

‘உன் அம்மா வாழ்ந்த விதம். மை டியர் சாரதி, போ உன் நினைவு களுக்கு மறுபடியும் போ! ஆழமாகப் பதிந்திருக்கிற அந்த ஞாபகத் துண்டை வெட்டி எடு. ராஜுவைப் பற்றிச் சொன் னாயே, ராஜு யார்? அவர் எதற்காக வாரா வாரம் வீட்டுக்கு வந்தார்? சாரதி, நன்றாக ஞாபகப்படுத்திப் பார். கீ கொடுத்தால் நடக்கும் அந்தக் குரங்கு பொம்மை! சிர்ரக் சிர்ரக் என்று தத்தித் தத்தி நடந்ததே அந்தப் பொம்மை! அதை யார் கொடுத்தது? ராஜு மாமா! அதை வைத்துக்கொண்டு நீ விளையாடிக்கொண்டே இருந்தாய். அதை ஒருநாள் காணாமல் தேடினாய். சத்தம் போடா மல் படுக்கை அறைக்குள் நுழைந்தாய். என்ன பார்த்தாய்?’

நான் காதைப் பொத்திக்கொண்டேன். ‘ஐயோ... சொல்லாதே! சொல்லாதே! நான் ஒன்றும் பார்க்கவில்லை! நிறுத்து விஜயன், நிறுத்து!’

‘எப்படிடா உனக்குப் படிப்புக்குப் பணம் வந்தது? எப்படி அந்தப் புது பூட்ஸ் கிடைத்தது? எப்படி ஹாஸ்டலுக்கு மாதம் தவறாமல் பணம் வந்தது? நூறு நூறாக... எப்படி சாரதி?’

‘சொல்லாதே! நிறுத்து! நிறுத்து! நீ சொல்வது அபத்தம்... ப்ளீஸ் விஜயன் மேலே பேசாதே! நிறுத்து! என்னைக் கலைக்காதே. வேண்டாம். எனக்குள் இருக்கும் ஒரே ஒரு அற்புதமான சித்தி ரத்தைப் பாழ் பண்ணாதே! வேண்டாம். நீ ரொம்பக் கெட்டவன். விபரீத புத்திக்காரன். அதனால்தான் இந்த மாதிரி நினைக்கிறாய்!’

‘உண்மையைச் சொல்கிறேன்!’ என்று சிரித்தான்.

‘அப்புறம் ஸ்ரீ ராம நவமியின் போது...’

‘வேண்டாம். இப்போது நிறுத்தப் போகிறாயா? உன்னைக் கொன்று விடட்டுமா?’

‘இதோ பார் சாரதி, என்னைக் கொன்றுவிடலாம். எண்ணங் களைக் கொல்ல முடியாது! போ! வீட்டுக்குப் போ! நாளைக்கே ஆஸ்பத்திரிக்குப் போ. எல்லா விஷயத்தையும் சலவை செய்து துப்புரவாக்கு. மருந்து தேடு! உன் மனத்தை வெண் திரையாக்கு. ரத்த நிற ரோஷார்ஷ் சித்திரங்களை எல்லாம் அழி. நிம்மதி தேடு. போடா ஓடு. லீவு போட்டு விட்டு ஓடு!’

ஓடினேன்! விஜயனின் எக்காளச் சிரிப்பு என் மண்டை முழுவதும் ஒலித்தது. அவன் சொன்னது அத்தனையும் பொய்! என்ன ஒரு

விபரீதப் பிறவி அவன். இந்த மாதிரிக் கட்டுக் கதையை, வித்தையை என் மனத்தில் ஏற்றி... என்ன ஒரு ஸாடிஸ்ட் அவன்! அவன் சொல்வதில் ஏதாவது நியாயம் உண்டா? தத்துப் பித் தென்று உளறுகிறான் கிராதகன். கொடுமைக்காரன். பர்வெட்! இவனிடம் நான் பேசியே இருக்கக்கூடாது! இந்த விபரீத அர்த்தம் கற்பிக்க எவ்வளவு கெட்டவனாக இருக்க முடியும்! அவன் என்னை அழித்து விட வேண்டும் என்று கருக்கட்டிக்கொண்டு நாச வேலைகள் செய்கிறான். கடவுள் கடிதத்தைப் பற்றி அவனிடம் சொல்லப் போய் அவன் அதற்குப் பதில் அனுப்பி என்னைக் கேலிக்குள்ளாக்கினதிலிருந்தே தெரிகிறதே, என்ன ஒரு நீச புத்தி ஆசாமி என்று. அந்தக் கடிதத்தைப் பற்றிச் சொன் னதில்தான் டாக்டர் சந்திரசேகர் சந்தேகப்பட்டிருக்கிறார். எனக்கு மூளை சரியில்லை என்று. விஜயன் சகவாசமே வேண்டாம். அவனுடன் இனி பேசவே வேண்டாம். சிகரெட் பிடிக்க வேண்டாம். அவனுடன் காபி சாப்பிட வேண்டாம். அவனை என்ன செய்வது? அம்மாவைப் பற்றி இவ்வளவு அவ தூறைப் பேசியவனை உயிரோடு விடுவதா? ஒழித்துக் கட்ட வேண்டாம்? அவனை அந்த இடத்திலேயே மென்னியை நெரித்துச் சாக அடித்திருக்க வேண்டாம்? இரு இரு! நிதானமாக யோசி! அந்தப் பாதகனைத் திட்டமிட்டுக் கொல்ல வேண்டும். நிதானம். நிதானம்.

வீட்டுக்கு வந்தேன். ஜெயி மத்தியானத் தூக்கத்தில் இருந்து எழுந்து வந்தாள். என்னைப் பயத்துடன் பார்த்து, 'ஏன் சீக்கிரம் வந்துட்டீங்க, உடம்பு சரியில்லையா?' என்றாள்.

'சரியாத்தான் இருக்கேன்!' என்றேன். நேராகச் சென்று பாத் ரூமுக்குப் போய் என்னைச் சற்று நேரம் கண்ணாடியில் பார்த்துக் கொண்டேன். என் முகம் மாறியது. மீசை தாடி வளர்ந்து, கண்களின் கீழ் குழி விழுந்து சுருங்கிப் போய், மண்டை ஓடாகி மறுபடி சதைப் பிடிப்பு ஏற்பட்டு, கண்கள் உயிர் பெற்று, பெரிய கண்களாகச் செம்பட்டைத் தலை மயிருடன் ஒரு குழந்தை முகமாக...

அம்மா! இது என் கடமை! செய்தே தீர வேண்டும் நான். இந்த வதம் அவசியம். நான் அறிவு பூர்வமாக நம்பி விடுகிற சில சித்தாந்தங்களை நிலைநிறுத்த உண்மை நிலைக்குப் பொய் அழிந்து போக... ஒரே ஒரு வழி...விஜயனை நான் கொல்ல வேண்டும்.

ஜெயி, பாத்ரூம் கதவைத் தட்டினாள்.

ஜாக்கிரதை. என் தீர்மானம் ஒருவருக்கும் தெரியக்கூடாது. வெளியுலகுக்கு நான் எப்பொழுதும் போல நடந்துகொள்ள வேண்டும்.

முகத்தைக் கழுவிக்கொண்டு, துடைத்துக்கொண்டு கதவைத் திறந்து சிரித்தேன். 'என்ன?' என்றேன்.

'அப்பாடா! பயந்தே போயிட்டேன். என்ன விஷயம்? உங்க முகத்தில் ஒரே வேர்வையா இருந்தது?'

'எனக்கு ஒண்ணுமில்லே ஜெயி. காபி இருக்கா?'

'போட்டுத் தரேன்!'

'வா சினிமாவுக்குப் போகலாம்! சந்தோஷமா இருக்கலாம்.'

அவள் என்னைப் புதிதாகப் பார்த்தாள்.

'ஜெயி! உன்கிட்ட நான் பல தடவை வினோதமா நடந்துக்கிட்டி ருக்கேன், இல்லை?'

'எப்படி வேணா நடந்துக்கங்க. என்கூட பேசினா சரி. மணிக் கணக்கா, நாள் கணக்கா பேசாம இடிச்ச புளி மாதிரி உட்கார்ந் துண்டு இருக்கிறதுதான் எனக்கு ரொம்பக் கொடுமை.'

'இனிமே அப்படி நடந்துக்க மாட்டேன் ஜெயி!'

'காபி வெளிலே சாப்பிட்டுக்கலாம். பேசாம டிரஸ் பண்ணிண்டு வா!'

அவள் உற்சாகமாக உள்ளே ஓடினாள்.

நான் எப்படி வித்தியாசப்பட்டவன்? எல்லா கணவர்களையும் போலத்தான் நடந்துகொண்டேன். அவளை பஸ் ஸ்டாண்ட் வரைக்கும் உடன் ஒட்டி நடந்து அழைத்துச் சென்று, பஸ்ஸில் உட்கார இடம் கிடைத்த ஒரு ஸீட்டை அவளுக்குக் கொடுத்து, டிக்கெட் வாங்கி, சினிமா கியூவில் நின்று பால்கனி டிக்கெட் எடுத்து, ஒரு பாக்கெட் பாப்கார்ன் வாங்கிக் கொடுத்து, திரையில் விழுந்த விளம்பரப் படங்களை எல்லாம் ரசித்து நான் என்ன அப்நார்மல்! அந்த டாக்டர் கிராதகன். பொய் சொல்கிறான். விஜயன்... அந்தப் படுபாவியைப் பற்றி நினைக்காதே.

படத்தில் காதல் நிறைந்து இருந்தது. பாட்டு இரைச்சலாக இருந்தது. ஒரு ஸ்திதியில் படத்தில் என் கவனம் கழன்று போய் திரையில் சற்று நேரம் அந்த ரோஷார்ஷ் சித்திரங்கள் ஓடின. கண்களை மூடிக்கொண்டேன்.

எழுப்பினாள். 'படம் பிடிக்கலியா? போயிடலாமா?' என்றாள்.

'வேண்டாம்' என்றேன். இடைவேளை விட்டிருந்தது. எழுந்து டாய்லெட் சென்றேன். அங்கே நிற்கையில் கண்ணாடியில் திரும்பிப் பார்த்துக்கொண்டேன். திடுக்கிட்டேன். விஜயனும் அந்த கியூவில் நிற்பது தெரிந்தது. பார்க்காதவன் போல் திரும்பிக் கொண்டேன்.

அவனாக வந்தான்.

'ஹலோ சாரதி!' என்றான்.

நான் பதில் சொல்லவில்லை. என்னடா இது, இவன் ஒழிய மாட்டானா!

'நான் கேட்டதில் உனக்குக் கோபம்தானே?'

பேசாமல் இருந்தேன்.

'நீ போனப்புறம் நான் யோசித்துப் பார்த்தேன். சாரதி, நான் அந்த வார்த்தையைச் சொல்லியிருக்கக்கூடாதுதான். அது தப்பு. எனக்கு உரிமைகூடக் கிடையாது. ரொம்ப வருத்தப்பட்டேன். ஆபீஸ்ல வேலையே ஓடலை. பர்மிஷன் கேட்டுண்டு வந்துட்டேன். இந்த சினிமாவைப் பார்த்ததும் நுழைஞ்சுட்டேன். நல்லவேளை, உன்னை மறுபடி சந்திச்சேன். மன்னிப்புக் கேட்டுக்கறதுக்கு...'

நான் பதிலே சொல்லவில்லை.

'சாரதி! நீ என்னோட இனிமே பேச மாட்டியா?'

'ம்ஹூம்.'

என்ன தைரியம் பார் இவனுக்கு! என் மனத்தை அடியோடு சேதம் பண்ணிவிட்டு, அதில் ஒரு விஷத்தை விதைத்துவிட்டு, என் மேல் கோபமா? என்னோடு பேச மாட்டாயா? என்று கேட்கிறான். 'விஜயன்! ஆம். கோபம்தான். நீ செய்த காரியத்துக்குத் தண்டனை பெறப் போகிறாய்! மரண தண்டனை. பார்த்துக்கொண்டே இரு.'

திரும்ப என் ஸீட்டில் உட்கார்ந்தபோது படம் ஆரம்பித்துவிட்டது. என் மனத் திரையிலும் படம் ஆரம்பித்துவிட்டது. அவன் காலை சொன்ன வார்த்தைகள் கறுப்பாகப் பழுப்பாக அசிங்க கலராக, ஓர் ஒழுகலாக அங்கே பரவ ஆரம்பித்துவிட்டது. ஓரத்தில் அவன் சொன்னதில் உண்மை இருக்குமோ என்று ஒரு சைத்தான் எட்டி எட்டிப் பார்த்தது. சே! அந்த மாதிரி நினைப்பது மகா பாவம் என்றது மற்றொன்று! என் மனைவி செலுலாய்டு பிம்பங்களுக்கு ஏற்ப அழுதாள், சிரித்தாள், திடுக்கிட்டாள். நான் என்னுடைய சொந்த சினிமாவில் அழுதேன், சிரித்தேன், திடுக்கிட்டேன்.

ஆனந்தராவ் சர்க்கிளில் ஓர் ஓட்டலில் காபி, டிபன் சாப்பிட்டோம். என் மனைவி சந்தோஷமாக இருந்தாள். 'இப்படியே தினம் இருந்துடுங்களேன்' என்றாள்.

தினம்... இன்னும் எத்தனை தினம் இருக்கிறது விஜயனைக் கொல்ல? அதற்கு அப்புறம்? என்னைக் கைது செய்வார்கள்.

தூக்குத் தண்டனையா? ஆயுள் தண்டனையா?...

'உங்ககிட்ட ஒண்ணு கேட்கணும்' என்றாள்.

'சொல்லு.'

'உங்க ஆபீஸ்ல இருக்கறவர் ஒருத்தர் ஒண்ணு சொன்னார்.'

திடுக்கிட்டு, 'என்ன? யாரு?' என்றேன்.

'நடேசன்னு ஒருத்தர்.'

அப்பாடா! நடேசன்தானே! விஜயனில்லையே! பெருமூச்சு விட்டேன். 'என்ன சொன்னார்?'

'வர ஞாயிற்றுக் கிழமை ஆபீஸ்ல எல்லாரும் பிக்னிக் போறதா. நந்தி ஹில்ஸ்!'

'ஆமாம்! அதுக்கு என்ன?'

'நாமளும் போகலாமே?'

எனக்குத் திடீரென்று உற்சாகம் பிறந்தது. பிக்னிக்! நந்தி ஹில்ஸ்! விஜயனும் வருவான். ஆம். அங்கே அவனைத் தீர்த்துக் கட்ட எத்தனையோ சந்தர்ப்பம் கிடைக்கும்! ஆம்!

‘ஜெயி! வெரிகுட் ஐடியா! நிச்சயம் போகலாம். நாளைக்கே சொல்லி நம்ப பேரையும் சேர்த்துக்கொள்ளச் சொல்றேன்! நானும் நீயும் இந்த மாதிரி சந்தோஷமாக பிக்னிக் போய் எத்தனை நாளாச்சு…’

அவள் உற்சாகத்தில் என் கையைப் பற்றி அழுத்தினாள்.

வீட்டுக்குத் திரும்பும்போது நந்தி மலையைப் பற்றி யோசித்துக் கொண்டே வந்தேன். ‘ஐந்து வருடங்களுக்கு முன் ஒருமுறை போயிருக்கிறேன். உயரமான மலை. ஒரு பெரிய பங்களா. தனியாக ஒரு ஹோட்டல். திப்புஸ் டிராப்… அதல பாதாளத்துக்குச் சுரேல் என்று சரியும் முகடு. எனக்கு உற்சாகம் பிறந்துவிட்டது. கடவுளாகப் பார்த்து அமைத்துக் கொடுத்த சந்தர்ப்பம் அது. நான் எழுதிய கடிதத்துக்கு அவர் கைப்பட பதில் எழுதவில்லை என்றாலும் மறைமுகமாகப் பதில் சொல்லிவிட்டார். தான் இருப்பதை இந்தச் சந்தர்ப்பத்தை அமைப்பதன் மூலம் நிரூபித்துவிட்டார். பெரிய ஆள்யா நீ கடவுளே!’

இரவு அந்த மாத்திரை முழுங்கிய பின்னும் தூக்கம் வரவில்லை. விஜயனின் ஆணித்தரமான வார்த்தைகள் எதிரொலித்துக் கொண்டிருந்தன.

‘எப்படிடா உனக்குப் படிப்புக்குப் பணம் வந்தது? எப்படி அந்தப் புது பூட்ஸ் கிடைத்தது? எப்படி ஹாஸ்டலுக்கு மாதம் தவறாமல் பணம் வந்தது? நூறு நூறா? எப்படி சாரதி?’

‘சொல்லாதே நிறுத்து! நிறுத்து!’

‘சொல்வேன்! திருப்பித் திருப்பிச் சொல்லுவேன். இன்னும் கேட்கட்டுமா? அன்னிக்கு நீ சினிமாவுக்குப் போய்ட்டு டிக்கெட் கிடைக்காம திரும்பி வந்தியே…’

‘வேண்டாம். ப்ளீஸ் சொல்லாதே! உன்னைக் கெஞ்சிக் கேட்கிறேன்.’

என் மனைவி என்னை உலுக்கினாள். ‘என்ன ஆச்சு? துர் சொப்பனம் கண்டீங்களா? இந்தாங்க தண்ணி சாப்பிடுங்கோ!’

விஜயன் இருக்கிற வரைக்கும் எனக்கு நிம்மதி இல்லை. இனி அவனுடன் நான் வாழ்நாள் முழுவதும் பேசாமல் இருந்தால்கூட! அவனைப் பார்த்தாலே போதும், என் நிம்மதி குலைந்து விடும்.

என்ன தைரியம் அந்தக் கயவாளிப் பயலுக்கு! இப்படிப் பேச உரிமை அவனுக்கு இல்லை, அவன் இறந்தே ஆகவேண்டும். அவனைக் கொன்று விட்டுத்தான் மறுகாரியம். நந்தி ஹில்ஸ்! நான் வருகிறேன்! என் மீட்சிக்கு உதவப் போகும் மலையே! வருகிறேன்! தீர்மானித்துவிட்டேன். கொன்றே தீர்த்து விடுவது! எனக்கு ஏதும் உபாதையில்லை. விஜயன் தீர்ந்தால் போதும். என் அத்தனை மன அவஸ்தைகளும் தீர்ந்து விடும். மாட்டிக்கொள்ள வேண்டும் என்று ரூலா என்ன? திறம்படச் செய்தால் தப்பிக் கலாமே. யோசித்துச் செயல்படுத்தலாம். யாருக்கும் என்மேல் சந்தேகமே வராதபடி! ஜாக்கிரதையாக.

விஜயனைக் கொன்றபின் எனக்கு ஒன்றும் மனச்சாட்சி உறுத்தப் போவதில்லை. குற்ற உணர்ச்சியே இருக்கப் போவதில்லை. என்னைப் பிடித்து என் மனத்தை உலுக்கிய பிசாசு போல அவன்! தொலைந்தது சனியன் என்று நான் சந்தோஷமாகவே இருப்பேன். எனக்கு டாக்டர் வேண்டாம். இன்ஜெக்ஷன் வேண்டாம். மருந்து மாயம் எதுவும் வேண்டாம். விஜயன் ஒழிந்தால் போதும். ஒழிக்கிறேன்...

அதன்பின் நிம்மதியாகத் தூங்கினேன்.

மறுநாள் ஆபீஸ் போன கையோடு பிக்னிக்குக்கு என் பெயர் கொடுத்தேன். என் மனைவி பெயர் கொடுத்தேன். அப்புறம் ஒன்றுமே அறியாதவன் போல் 'நடேசன்! அந்த லிஸ்ட்டைக் கொடு' என்றேன்.

'எதுக்கு?'

'சும்மா யார் யார் வராங்க பார்க்க!'

பார்த்தேன். விஜயனின் பெயரும் இருந்தது. அப்பாடா! என் ஸீட்டுக்கு வந்துவிட்டேன். ஒருவேளை நடேசன் இப்படி நான் கேட்டதை ஞாபகம் வைத்துக்கொள்வானோ! சேச்சே! பயப் படாதே. யார் யார் வருகிறார்கள் என்று கேட்பதில் என்ன தப்பு? இயற்கையான கேள்வி. பயப்படாதே சாரதி! பயப்படாதே!

மதியம் விஜயன் மறுபடி என்னிடம் வந்தான். என் வேலை மேலே கவனமாக, பார்க்காதவன்போல இருந்தேன்.

'என்ன... இன்னுமா கோபம்?'

நான் பேசவில்லை.

'எப்பத்தான் பேசப் போறே? அதையாவது சொல்லு!'

சுட்டு எரிப்பது போல் பார்த்தேன்!

'அடேயப்பா! பொசுக்குவே போலிருக்கு' என்று சிரித்தான். 'சாரதி! உண்மையைச் சொன்னா எல்லாருக்குமே கோபம் வரும்.'

'கெட் அவுட்.'

'போறேன். ஆனா, நான் சொன்னதை நிதானமா யோசிச்சுப் பாரு. இப்பகூட லேட் இல்லை. நாளைக்கே நீ டாக்டர்கிட்ட போகலாம். அவர் நல்லதுதான் சொல்வார். எல்லாவற்றையும் அழிச்சுடுவார்!'

'அழிக்கத்தான் போகிறேன் விஜயனே!'

'பிக்னிக்லே பேர் கொடுத்திருக்காப்பலே இருக்கே! சபாஷ்! அப்ப வாவது என்னோட பேசுவியா, இல்லை உம்மணா மூஞ்சியா? உன் மனைவியை எனக்கு அறிமுகம் செஞ்சு வைக்கிறியா?' என்று சிரித்தான்.

மனைவியை இல்லை! வேறு ஒன்றை அறிமுகம் செய்து வைக்கப்போகிறேன்!

காலை ஒன்பது மணிக்கு நாங்கள் நந்தி ஹில்ஸ் கிளம்பினோம். ஆபீஸில் உள்ளவர்கள் எல்லோரும் ஏறக்குறைய முப்பத்தைந்து பேர் வந்திருந்தார்கள். உற்சாகம் கரைபுரண்டது. டிரான்சிஸ்டர்கள் பேசின. காஸட்டுகள் ஒலித்தன. சின்னவர்கள் பாட்டுப் பாட அந்தச் சிறுபிள்ளைத் தனமான சந்தோஷங்களில் நானும் மேம்போக்காகப் பங்குகொண்டேன். என் மனைவி ஏகப்பட்ட தின்பண்டங்கள் கொண்டுவந்திருந்தாள். கலந்த சாதம், சாக்லேட், பிஸ்கெட் பாக்கெட், காபி, ஜூஸ் என்று. அவள் அருகில் நான், என் அருகில் ஜன்னலோரத்தில் விஜயன் வெளியே பார்த்துக்கொண்டிருந்தான்.

கங்கனஹள்ளி, தேவனஹள்ளி என்று ஹள்ளிகளாக வந்து போய்க் கொண்டிருக்க, நான் செய்தித்தாளை எடுத்துப் புரட்டினேன். சுதந்தரம் என்றொரு கட்டுரையின்பால் என் மனம் சென்றது.

நாம் பிறக்கும் போதே நம் சுதந்தரம் பறிபோய்விடுகிறது. பிறக்கிற இடம், தேசம், குடும்பம், தந்தை, தாய், மனைவி

எல்லாமே அப்போதே நிச்சயமாகி விடும்போது எங்கே சுதந்தரம்?

'என்ன படிக்கிறாய்?' என்றான் விஜயன்.

'பார்த்தால் தெரியவில்லை?'

'அப்பாடா, பேசி விட்டாய்!'

'பேசப் போகிறேன். நிறையப் பேசப் போகிறேன். விஜயா! இரு!'

என் மனைவி வலப்பக்கம் இடைவிடாமல் பேசிக்கொண்டே வந்தாள். 'யோசிச்சுப் பார்த்தா நாம இந்த மாதிரி கிளம்பி அஞ்சு வருஷமாச்சு! அப்பாடா உங்களோட சிரிச்சுப் பேசியே ரெண்டு வருஷமாகிறது!'

'ஜெயி! என்னோட சிரிச்சுப் பேச இது கடைசி நாள்னு எப்படி நான் உங்கிட்டச் சொல்வேன்! அந்தச் செய்தியை எப்படித் தாங்கிக்கப் போறே? 'என் புருஷன் ஒரு கொலை செஞ்சுட்டான்' சேச்சே! என்னை யார் கண்டுபிடிக்கப் போறா? திட்டமிட்டு என் மேலே துளிக்கூடச் சந்தேகம் வராதபடி நான் செய்யப் போற காரியம் இது!'

'ஜெயி கவலைப்படாதே! இனிமே நான் உங்கிட்ட நிறையச் சிரிச்சுப் பேசுவேன்' என்றேன்.

அவள் என் தோள் மேல் சாய்ந்து, முகத்தைத் தேய்த்துக்கொண் டாள். விஜயன் வெளியே பார்த்துக்கொண்டிருந்தான்.

எதிரே நந்தி ஹில்ஸின் இரட்டை முண்டுகள் தெரிந்தன. அந்த இரட்டை மலைகள் எனக்கு நந்தி படுத்திருப்பதை ஞாபகப் படுத்தவில்லை. நானும் விஜயனும் எதிர் எதிரில் முறைத்துக் கொண்டிருப்பது போல் தோன்றியது. பஸ் முக்கி முக்கி மேலே சென்றது. வளைவுகளின் எண்ணிக்கைகள், ஸௌண்ட் ஹார்ன், நோ ஓவர் டேக்கிங், 3800 அடி, 4000 அடி.

திப்பு சுல்தானின் கோட்டை வாசலில் வந்துநின்றோம். டிக்கெட் வாங்கினார்கள். சிலர் இளநீர் குடித்தார்கள். 'ஜெயி! இளநீர் வேண்டுமா?'

அவன் செதுக்கிச் செதுக்கி வெட்டும்போது ஒரு கணம் இளநீர் விஜயன் தலையாகியது.

பள்ளிச் சிறுவர்களின் பஸ் ஒன்று வந்து நின்று சீருடையில் ஓர் உற்சாக இரைச்சல். நாங்கள் எல்லோரும் பேசிக்கொண்டே படி ஏறினோம். அபரிமிதமான நிழற் சரிவுகள். பெரியவர்களைக்கூட மரம் ஏற அழைக்கும் குட்டை மரங்கள். காந்தி தங்கியிருந்த வீட்டை இடித்துக் கட்டிக்கொண்டிருந்தார்கள். சுல்தான் காலத்துக் குதிரை லாயங்கள், பீரங்கித் துளைகள் நடுவே ஒரு நந்தி. மலை முகட்டில் அபாரக் காட்சி தரும் ஒரு கண்ணாடி ஹோட்டல். கப்பன் ஹவுஸ் பழங்காலக் கோயில் ஒன்று.

சம்பிரதாயமான பிக்னிக். மர நிழல்களில் ஜமுக்காளம் விரித்துச் சாப்பிட்டு... சாப்பிட்டு... சீட்டாடி, சிரித்து, ஓடிப்பிடித்து விளையாடி, பாட்டுப் பாட வைத்து நடனமாடி...

எத்தனை சின்ன ஜனங்கள்! அற்பமான ஜனங்கள். நான்? உயர்ந்தவன்! உயர்ந்த இடத்திலிருந்து உயர்ந்த காரியம் செய்யப் போகிறேன்.

'விஜயன் உன்னோடு தனியாகப் பேசணுமே' என்றேன். அவன் என்னை நேரடியாகப் பார்த்து, 'அப்பாடா! ஐஸ் உடைஞ்சாச்சு, பேசேன்' என்றான்.

'இங்க இல்லை. தனியா. என் கூட நடந்து வரயா?'

'தாராளமாக!'

'ஜெயி, கொஞ்ச நேரம் நீ ரெஸ்ட் எடுத்துக்க. நான் என் ஃப்ரெண்ட்கூடக் கொஞ்ச தூரம் நடந்துட்டு வரேன்.'

'ஏன் அவங்களும் வரட்டுமே.'

'வேண்டாம். நீ இரு ஜெயி. உன்னால நடக்க முடியாது. இத பார். அவங்கெல்லாம் கிச்சுத் தாம்பாளம் விளையாடறாங்க. நீயும் போ!'

விஜயன் சிரித்தான். 'உன்னோட தனியா வரணும்கிறே! என்னவோ சொல்லப் போறே! ரொம்பக் கோபமா? அப்படித்தானே!'

'இல்லை. இல்லை!'

இருவரும் நடந்தோம். மெள்ளச் சரிந்த படிக்கட்டுகளில்! நாங்கள் சற்று நேரம் மௌனமாக இருந்தோம்.

'என்ன இது, பேசாம வரே?'

‘விஜயன், நீ சொன்னதை நான் யோசித்துப் பார்த்தேன்.’

‘என்ன சொன்னேன்?’

‘நீ குறிப்பிட்ட அந்தச் சந்தேகம்! அது ஒரு விஷ விதை போல என் மனத்தில் பதிஞ்சுடுத்து. அதை நீக்க உன் உதவி தேவையா இருக்கு. எனக்குத் தூக்கம் போயிடுத்து. அந்த விபரீதம் என்னை அப்படியே ஆக்கிரமிச்சுடுச்சு!’

‘அதுக்குத்தான் ஒரு ரெமடி சொன்னேனே. பேசாம ஆஸ்பத்திரியில் போய்ப் படுத்துடு. கிளினா சலவை செஞ்சு அனுப்பிடுவாங்க!’

‘இல்லே. அதுக்கு வேறே உபாயம் யோசிச்சிருக்கேன்!’

‘வேற உபாயம் கிடையாது சாரதி!’

‘இருக்கு! ஒண்ணே ஒண்ணு இருக்கு விஜயன்!’

‘என்ன?’

‘அவசரப்படாதே சொல்றேன். என் கூட வா...’

நாற்பத்தி ஐந்தாவது வளைவு வரை இறங்கிவிட்டோம். ஜாகரண்டா மரங்கள் அபரிமிதமாக இலைகளே இல்லாமல் வயலட் பூக்களாகப் பூத்திருந்தன. அங்கே நடந்து சென்றுகொண்டிருந்தவனிடம் கேட்டேன்: ‘திப்புஸ் ட்ராப் எல்லி இதே?’

‘ஸீதா ஹோகி!’ என்று காட்டினான்.

மெள்ளச் சரிந்தோம்.

‘எங்கே போறே?’

மனத்தைத் திறந்து பேச ஓர் அருமையான இடம்!

தீர்மானித்து விட்டேன். திப்புஸ் ட்ராப் சரேல் என்று சரியும் இடம். அங்கேதான் அவனைக் கொல்லப் போறேன்!

மெள்ள இறங்கினோம். மலையுடன் ஒட்டிய கோட்டைச் சுவர். அதில் ஓர் அரை வட்ட வளைவு. ‘ப’ வடிவில் வெட்டுகள். இடுப்பு உயரத்தில் அங்கே சென்று எட்டிப் பார்த்தேன். கீழே... பச்சை நரம்பு போலப் பாதை தெரிந்தது. ஆயிரம் அடி அப்படியே செங்குத்தாகச் சரிவுப் பாறை! என் கால்கள் குறுகுறுத்தன. அந்த

விளிம்பு இடைவெளியில் உட்கார்ந்தேன். காற்று மெலிதாக என்னை முத்தமிட்டது. 'பார் விஜயன், என்ன அழகான இடம்! வா, வந்து உட்கார். என் பக்கத்தில் உட்கார்.' அவன் தயங்கி உட்கார்ந்தான்.

'இயற்கை வர்ணனைக்கா அழைத்து வந்தே?'

காரைச் சுவர்களில் ஆர்.என்.கே.எம். 18.03.1977 என்று ஏகப்பட்ட கிறுக்கல்கள். எல்லோருக்கும் தம் பெயரை நிலை நிறுத்த ஆசை! சரித்திரத்தில் ஒரு சின்ன இடம்! எனக்கும் ஓரிடம்!

'விஜயன், இந்த வெட்டவெளியைப் பார். கீழே பார். காற்றைப் பார். எத்தனை சுத்தம்! கீழே அந்தக் கிராமத்தைப் பார். எத்தனை சின்னப் பொம்மை வீடுகள், புள்ளி மனிதர்கள்!... புழுக்களைப் போல நெளியும் கார்கள்... இந்த இடத்திலிருந்து மனித வாழ்க்கை என்பது எத்தனை சின்னச் சமாசாரம் என்பது தெரிகிறது. இதில் பாவம் புண்ணியம், நல்லது தீமை என்று பாகுபாடுகள்! எல்லாவற்றையும் புறக்கணித்துவிட்டு, நமக் குள்ளே அரும்புகிற கெட்ட எண்ணங்கள் அத்தனையும் சுத்தப் படுத்தி இந்தக் காற்றில், இந்த வெட்டவெளியில் உன் அழுக்கு களை அலம்பிக்கொள்ள வேண்டும். வா விஜயன்!'

'என்ன சொல்கிறாய், புரியும்படி சொல்!'

'விஜயன், புரியும்படி சொல்கிறேன்! நீ என் மனத்தில் குத்திய அந்த முள்ளை எடுக்க எனக்குப்பட்ட ஒரே வழி உன்னைக் கொல்வது. நீ இறந்தால்தான் அந்த எண்ணம் இறக்கும். இல்லை யெனில் உன்னை ஒவ்வொரு தடவை பார்க்கும்போதும் எனக்கு மறுபடி மறுபடி நீ சொல்லிக் கொடுத்த அந்தச் சந்தேகம் புறப் படும். என்னால் அந்த நெருப்பை வைத்துக்கொண்டு வாழவே முடியாது. நீ அதற்காகச் சாக வேண்டும்.'

'ஏய் சாரதி என்ன இது! என்ன பேசறே?'

'விஜயன், உனக்கு நான், என் பிரத்தியகே நீதிப்படி என்னுடைய சொந்த கோர்ட்டில் அளித்த தண்டனை இது! தொலைந்து போ சைத்தானே!' அவனைக் கெட்டியாகப் பிடித்து விளிம்பில் கொண்டு சென்று ஏற்றி நிற்க வைத்தேன்.

'ஏய்... சாரதி... ப்ளீஸ். யோசிச்சுப் பார். நீ செய்யற காரியம் தப்பு. நான் சொன்னது எல்லாம் விளையாட்டுக்குன்னு வெச்சுக்க. வேண்டாம் சாரதி! விடு! என்னை விடு! ஐயோ விட்டுர்றா!'

'இல்லை, விஜயன்! நீ செத்துத்தான் ஆகணும்... நீ பிறந்தபோதே இந்தக் கணம் நிர்ணயிக்கப்பட்டு விட்டது...'

அவன் என்னை உடும்புப் பிடியாகப் பிடித்துக்கொண்டான்.

'சாரதி, வேண்டாம்டா! பயமா இருக்கு. ப்ளீஸ்!'

'ஒண்ணும் ஆகாது. நித்திய வெளியில் ஒரு நீச்சல்! அப்புறம் ஒரே ஒரு மடார்! ஒரு செகண்டுக்குள் பிராணன் போயிடும். வலின்னா என்னன்னு மூளைக்குச் செய்தி போறதுக்குள்ளே மூளையே சிதறிடப் போறது. பயப்படாதே விஜயன், குட்பை!'

ஒரு மூர்க்கச் சிலிர்ப்பில் அவனைப் பிடித்து உதறித் தள்ளினேன்.

'ஐயோ! என்ன இது! படுபாவி! என்னைச் சேர்த்துப் பிடித்து இழுத்துவிட்டானே! ஏய் விஜயன்! விடுடா! விட்டு விடு! என்னை விடு! பாவி! பழி வாங்கி விட்டாயே!' அந்த அதல பாதாளச் சரிவில் நானும் விஜயனும் ஒட்டிக்கொண்டு விழுந்தோம்! என் மேல் காற்றின் இரைச்சல்... கணத்துக்குக் கணம் பூமி எல்லைக்கு அவசரம்! சீக்கிரம் வா! என்று கூப்பிட்ட என் மூளைக்கும் ரத்தம் பாய்ந்து அல்லது பாயாமல் வேக வேகமாக இருவரும் விழுந்...

பின் குறிப்பு:

நந்தி ஹில்ஸ் போலீஸ் அவுட் போஸ்ட்டுக்குத் தகவல் தெரிந்து மலை உச்சியில் கோயிலுக்கு அருகில் ஓர் அறையில் இருந்த வி.எச்.எஃப் ரேடியோ மூலம் தேவனஹள்ளி போலீஸ் நிலை யத்துக்குச் செய்தி போய், ஜீப் வந்து, பிக்னிக் போனவர்கள், லோகல் ஆசாமிகள், போலீஸார் எல்லோரும் கீழே சென்று பாறை யெல்லாம் தேடி, ஒரு பாறையில் ரத்தத் திட்டைப் பார்த்து ஒரு சிலர் தைரியமாக இறங்கி சிதறியிருந்த உடலைப் பார்த்துத் திடுக்கிட்டு...

இன்ஸ்பெக்டர், 'ஒதுக்குங்கய்யா, ஒதுக்குங்க! இந்த ஆள் உங்க பார்ட்டி கூட வந்தவரா?' என்றார்.

'ஆமாங்க!'

'பேர் என்ன?'

'விஜயசாரதிங்க!'

கல்கி

நிஜத்தைத் தேடி...

கல்யாணமாகி ஒன்பது வருடங்களுக்குப் பிறகு ஒரு ஞாயிற்றுக்கிழமை காலை பதினோரு மணிக்குக் கிருஷ்ணமூர்த்தியும் சித்ராவும் ஹாலில் எதிர் எதிரே உட்கார்ந்திருந்தார்கள். பழக்கப்பட்ட மௌனம்.

கிருஷ்ணமூர்த்தி செய்தித்தாள் படித்துக்கொண்டிருக்க, சித்ரா குக்கர் சத்தம் வரக் காத்திருக்கும் நேரத்தில் தொடர்கதை படித்துக்கொண்டிருந்தாள். மர கேட்டைத் திறக்கும் சத்தம் கேட்டது.

ஜன்னல் வழியாக எட்டிப் பார்த்தான். சுமார் முப்பது வயது இருக்கக்கூடிய ஒருவன் கையில் தட்டுடன், காலில் செருப்பின்றி தோட்டத்தில் நடந்து வந்தான். 'யாரு?' என்றான். சற்றுத் திடுக்கிட்டு கிருஷ்ணமூர்த்தியைப் பார்த்துத் தன் சோகக் கதையை காப்ஸ்யூல் வடிவத்தில் சொன்னான். 'ஊருக்குப் புதுசுங்க, வேலை தேடி வந்தேங்க, என் மனைவி காலைல இறந்து போய்ட்டாங்க, பிணம் கிடக்குதுங்க, எடுக்கக் காசில்லை, பெரிய மனுசங்க உதவி பண்ணணும்.'

அவன் வைத்திருந்த தட்டில் சில ரூபாய் நேட்டுகளும் சில்லறைகளும் இருந்தன. எதற்கோ கொஞ்சம் புஷ்பங்கள் இருந்தன. ஓர் ஊதுவத்தி புகைந்துகொண்டிருந்தது.

'பார்த்தியா விமலா, இந்தக் குழந்தைங்க படற அவஸ்தையை' என்பதுடன் கதையை நிறுத்திவிட்டு, சித்ராவும் எட்டிப் பார்த்தாள்.

அவன் முகத்தில் மூன்று நாள் தாடி. கண்களில் தேவைக்குப் போதுமான சோகம். 'என்னவாம்?' என்றாள்.

அவன் 'ஊருக்குப் புதுசுங்க. வேலை தேடி வந்தேங்கம்மா' என்று தொடங்கி மறுபடி அத்தனையும் சொன்னான்.

மனைவியின் மரணம் என்பது உடனே கேட்பவனை உலுக்கி விடக் கூடிய சோகம். உடனே உள்ளே போய்ப் பணம் எடுத்துக் கொடுக்க வேண்டியதுதானே? கிருஷ்ணமூர்த்தி அப்படிச் செய்ய வில்லை. செய்யமாட்டான். சித்ராவுக்குத் தெரியும்.

'வீடு எங்கே?' என்றான்.

'இங்கதான் சார் கோகுலா பக்கம். தெரிஞ்சவங்க வீட்டிலே நிகழ்ந்து போச்சுங்க!'

'அட்ரஸ் என்ன?'

'சினிமா தியேட்டருக்குப் பக்கத்தில்.'

'சரி, அட்ரஸ் என்ன சொல்லு?'

'போனாப் போறது. ஏதாவது கொடுத்து அனுப்பிடுங்களேன்' என்றாள் சன்னமாக.

'இரு!'

'நான் இங்க பெங்களூர் வந்தே மூணே நாள்தான் ஆவறது ஸார். காலைல இறந்துட்டா.'

'சரிதாம்பா. அட்ரஸ் என்ன சொல்லேன்.'

அவன் சற்று யோசித்து, 'மூணாவது கிராஸ்' என்றான்.

'மூணாவது கிராஸ்னா? எச்.எம்.டி. லே அவுட்டா? சுந்தர் நகரா? இல்லை கோகுலா காலனிக்குள்ளயா?'

'சொல்லத் தெரியலிங்களே. சினிமா தியேட்டர் பக்கத்தில்.'

'அவனோட என்ன வாக்குவாதம்?'

'இப்ப நீ சும்மா இருக்கப் போகிறயா, இல்லையா? எந்த சினிமா தியேட்டர்யா?'

'என்ன ஸார் இப்படிக் கேக்கறீங்க? இருக்கிறதே ஒரு சினிமா தியேட்டர்தானே. பேர் தெரியாதா உங்களுக்கு?'

'எனக்குத் தெரியும். நீ சொல்லு.'

அவன் மறுபடியும் அனுபல்லவியைப் பிடித்தான். 'பெங்களூர் வந்தே மூணுநாள்தான் ஆவுது ஸார். காலைல இறந்துட்டா!'

'சரிப்பா. எந்த இடம்? அதைச் சொல்ல மாட்டியா?'

'என்ன ஸார், பெண்டாட்டி செத்துப் போன துக்கத்திலே இருக்கேன். என்ன என்னவோ போலீஸ்காரங்க மாதிரி கேக்கறீங்களே. காசு கொடுக்க முடியும், இல்லைன்னு சொல்லிடுங்க ஸார். நான் போகணும். பிணம் கிடக்கு அங்கே!'

'அட்ரஸ் சரியா சொல்லு, தரேன்.'

'அதான் சொன்னேனே!'

'சரியா சொல்லு!'

'ஐயோ!' என்றான். 'வேண்டாம் ஸார். என்ன நீங்க!'

சித்ரா எதிர்பார்த்தாள். 'என்ன ஒரு மனிதாபிமானமில்லாத ஆசாமிய்யா நீ' என்று திட்ட ஆரம்பிப்பான் என்று மிகவும் எதிர்பார்த்தாள். அவன் அப்படிச் செய்யாமல் திடுதிப்பென்று அழ ஆரம்பித்தான். தட்டைக் கை மாற்றிக்கொண்டு மௌனமாக அழுதான். 'வரேன் ஸார்!' என்று திரும்பி நடந்தான். போகும் போது வாசல் கேட்டைத் தாளிட்டு விட்டுச் சென்றான்.

கிருஷ்ணமூர்த்தி இந்தச் செயலை எதிர்பார்க்கவில்லை. 'போய்ட்டான்' என்றான்.

'கூப்பிடுங்க அவனை' என்றாள் சித்ரா.

'எதுக்கு? எல்லாம் பாசாங்கு. தெரியுமோல்லியோ!'

'ப்ளீஸ் அவனைக் கூப்பிடுங்கோ. கூப்பிட்டு ஏதாவது கொடுத்து அனுப்பிடுங்கோ.'

கிருஷ்ணமூர்த்தி சிரித்து வெளியே பார்த்தான். சற்று தூரத்தில் அவன் தெரிந்தான். இன்னும் அழுதுகொண்டு சட்டையால் முகத்தைத் துடைத்துக்கொண்டே சென்று மறைந்தான்.

'அவன் சொல்றது உண்மையா இருந்தா பளிச்சுனு அட்ரஸ் சொல்லியிருப்பானோ இல்லையோ. ஏன் தயங்கணும்? அட்ரஸ் சொல்லியிருந்தா நான் குடுத்திருக்க மாட்டேனா?' என்றான்.

'அவன்தான் ஊருக்குப் புதுசுங்கறானே! சரியா அட்ரஸ் சொல்லத் தெரியலையோ என்னவோ.'

'சேச்சே, உனக்குத் தெரியாது சித்ரா. அவனைப் பார்த்தா மனைவி செத்துப் போனவன் மாதிரியா இருந்தது? திருதிருன்னு முழிச்சானே.'

'எனக்கென்னவோ அப்படிப் படலை. எதுக்கு அழுதான்?'

'அதுவும் அவனுடைய நாடகத்தில் ஒரு பகுதி...'

'ஏதாவது கொடுத்திருக்கலாம். பா...வம்.'

'மறுபடியும் மறுபடியும் அசட்டுத்தனமாகப் பேசறியே. வெளி உலகத்தில் எத்தனை பொய் இருக்கு தெரியுமா? எவ்வளவு ஏமாத்து வேலைகள்? வீட்டுக்குள்ளேயே இருக்கறவ நீ. ரொம்பப் பித்தலாட்டம் நடக்குது தெரியுமா...?'

'எனக்கு அவன் மூஞ்சியைப் பார்த்தா பொய் சொல்றவன் மாதிரித் தெரியலை.'

'உனக்கு அந்த அறிவு போதாது.'

'சரி! போதாதுன்னுதான் வெச்சுக்கலாம். அவன் பொய் சொல் றான்னே வெச்சுக்கலாம்... ஒரு ரூபா, ரெண்டு ரூபா கொடுத் துட்டா என்ன தேஞ்சா போய்டுவோம்? எவ்வளவு செலவழிக் கிறோம் கன்னா பின்னான்னு.'

'அது வேற விஷயம். வீடு தேடி வந்து ஆளுங்களை முட்டாள் அடிக்கிறவனுக்கு நாம ஹெல்ப் பண்ணணுமா என்பதுதான் பிரச்னை. இப்ப அவன் நேரா வந்து, ஸார் நான் ஓர் ஏழை. அடுத்த வேளை சோத்துக்குக் காசில்லைன்னு யோக்கியமாக வந்து கேட்டிருந்தா ரெண்டு என்ன அஞ்சு ரூபாகூட கொடுப்பேன். அதை விட்டு விட்டு அநியாயத்துக்குப் பெண்டாட்டி செத்துப்

போனதா சரடு விட்டுட்டு, சாவுன்ன உடனே கேள்வி கேட்காம தந்துருவாங்கன்னு ஒரு கதைய ஜோடிச்சி, என்ன ஒரு பித்த லாட்டம் பார்த்தாயா? இதை எப்படி நாம என்கரேஜ் பண்ண முடியும் சொல்லு?'

சித்ராவுக்கு எத்தனையோ சொல்ல வேண்டும் போல இருந்தது. அவன் கருத்தில் பொய்யில்லை என்று சொல்ல வேண்டும் போலிருந்தது. நியாயமாகவே அவனுக்கு இருந்த வேகத்தில் புதுசாகச் சரணடைந்த வீட்டின் விலாசம் சொல்வதில் குழப்பம் இருந்திருக்கலாம் என்று... நீங்க செஞ்சது எனக்கு கட்டோடு பிடிக்கவில்லை என்று சொன்னால் வாக்குவாதம் வரும்... சண்டை வரும். எக்கேடு கெட்டுப் போ என்று சாப்பிடாமல் வெளியே போய் விடுவார்.

குக்கர் பெருமூச்சு விட்டது. சித்ரா உள்ளே சென்றாள்.

கிருஷ்ணமூர்த்தி செய்தித்தாளில் ஆழ்ந்தான். நியூஸ் பிரிண்ட் வார்த்தைகளில் அவன் கவனம் நிலைக்கவில்லை. தான் செய்தது சரிதான் என்பது அழுத்தமாக ஏன் இவளுக்குப் புரியவில்லை? சலித்துக்கொண்டு உள்ளே சென்றதிலேயே ஏமாற்றத்தைக் காட்டு கிறாளே, அவளுக்கு என்ன தெரியும்... இங்கிருந்து பேசினான்.

'இப்படித்தான் ஒரு தடவை திருப்பதிக்குப் போறேன்னு ஒரு அம்மா மஞ்சள் புடைவையோட வந்து அஞ்சு ரூபா வாங்கிண்டு போனாளே! என்ன ஆச்சு! தியேட்டர்ல பார்க்கல நாம?'

'ஆமாம்!'

'அப்புறம் அனாதைப் பள்ளிக்கூடம் நடத்தறோம்னு நோட்டீஸ், ரசீது புத்தகம் எல்லாம் அடிச்சுண்டு ஒருத்தன் வந்தானே! என்ன ஆச்சு?'

'என்ன ஆச்சு?' என்றாள் உள்ளிருந்து.

'அந்த மாதிரி தெருப் பேரே இந்த ஊர்ல இல்லைன்னு கண்டு பிடிச்சு காட்டினேனா இல்லையா?'

'ஆமாம். ஞாபகம் இருக்கு!'

'அப்படி எல்லாம் சுலபமா ஏமாறக்கூடாது! பத்து ரூபாய்க்காகப் பெத்த தாயையே செத்துப் போனதா சொல்லிடுவாங்க! இந்த உலகத்தில் எத்தனை பொய் இருக்கு தெரியுமா, சித்ரா?'

சித்ராவிடமிருந்து பதில் வரவில்லை.

'சித்ரா!'

பதில் இல்லை.

கிருஷ்ணமூர்த்தி பேப்பரை மடித்து வைத்துவிட்டு, சமையல் அறைப் பக்கம் சென்றான். சித்ரா அடுப்படியில் அழுதுகொண்டிருந்தாள். திடுக்கிட்டான்.,

'இப்ப எதுக்காக அழறே?'

அவசரமாகத் துடைத்துக்கொண்டாள்.

'எதுக்காக இப்ப அழுகைன்னு கேக்கறேன்?' என்று அதட்டினான்.

'ஒன்றுமில்லை!'

'பொய் சொல்லாதே! நான் அவனை விரட்டினதுக்காகவா?'

'இல்லை... இல்லை' விசும்பல்களுக்கிடையே சொன்னாள். 'எனக்கென்னவோ அவனைப் பார்த்தா அவன் பொய் சொல்லலைன்னு தோணித்து. அவன்... திடீர்னு அப்படி விக்கி விக்கி அழுததை நினைச்சுண்டேன். யாரோ ஒரு ஜீவன், ஏதோ ஒரு துக்கம்... அதில் எனக்கும் கொஞ்சம் கொடுத்துட்டுப் போய்ட்டாப்ல ஆயிடுத்து.'

'எப்படி, பொய்னு எத்தனை தடவை சொல்றது!'

'எப்படித் தெரியும் உங்களுக்கு?' என்று தன்னியல்பாகக் குரலை உயர்த்திக் கேட்டாள்... ஒருமுறை அவளை உக்கிரமாகப் பார்த்தான்.

'எப்படித் தெரியுமா? சொல்றேன்! அனுபவம்டி, வெளில எனக்கு ஏற்பட்ட அனுபவம்! சித்ரா, நீ எல்லாத்தையும் எமோஷனலாகப் பார்க்கிறதுதான் உன்கிட்ட தப்பு. நான் ப்ராக்டிகலாகப் பார்க்கறேன்!'

'சரி, நீங்க சொல்றதுதான் சத்தியம். நான் அழலை' என்றாள்.

'ஆனா...'

'என்ன சொல்லு? மனசில நினைச்சுண்டிருக்கிறதை எதையும் சொல்லிடு!'

'நீங்க சொல்றாப்பல நிறைய பேர் பொய் சொல்றா. ஏமாத்தறா. தப்பிப் போய் இவன் சொன்னது மட்டும் நிஜமா இருந்து தொலைச்சுடுத்துன்னா... அவ்வளவு துக்கத்தில் இருக்கிறவனை வாசல்ல நிக்க வெச்சு, கேள்வி கேட்டு மடக்கி, அவனும் சொல்லத் தெரியாம முழிச்சு, காசும் கொடுக்காம துரத்திட்டமே அது தப்பில்லையா? எதுக்காக கேள்வி கேட்கணும்? அவன் பொய் சொல்றானோ, நிஜம் சொல்றானோ எக்கேடு கெட்டுப் போகட்டும். ரெண்டு ரூபாயைக் கொடுத்திருந்தா இத்தனை...'

'மறுபடியும் மறுபடியும் அதையே சொல்றியே. ரெண்டு ரூபா பெரிசில்லை எனக்கு சித்ரா. ப்ரின்ஸிபிள்! அதான் முக்கியம்...'

'சரி' என்றாள் சுருக்கமாக. சற்று நேரம் மனைவியையே உற்றுப் பார்த்தான். 'ஆல்ரைட்! உனக்கு இன்னும் சமாதானமாகலை. ஒண்ணு செய்யறேன். அவன் என்ன சொன்னான்? தியேட்டர் பக்கத்தில் மூணாவது கிராஸ்லதானே! தியேட்டர் கிட்டத்தில் தான் இருக்கு. மூணாவது கிராஸ் போய் அங்க இருக்கானான்னு விசாரிச்சுண்டு வந்துடலாம். வா, அப்பதானே உனக்கு நிம்மதி ஆகும்! வா காரை எடுத்துண்டு போய் ஒரு நிமிஷம் பார்த்துட்டு வந்துடலாம்...'

'வேண்டாம். நீங்க சொன்னது எனக்கு கன்வின்ஸ் ஆயிடுத்து. நான் ஏதோ பைத்தியக்காரத்தனமா அழ ஆரம்பிச்சுட்டேன்...'

'இல்லை. நீ கன்வின்ஸ் ஆகலை. நான் சொன்னது சரின்னு உனக்கு இன்னும் புரிபடலை!'

'நான் வரலை. எனக்கு நிறைய வேலை இருக்கு!'

'நீ வரலைன்னாகூட நான் போய்ப் பார்க்கத்தான் போறேன்!'

'எதுக்காக விதண்டாவாதம்? மறங்க!'

'இல்லை. இந்த கேஸில யார் சரின்னு பாத்துறணும். நீயா, நானா?'

'நீங்க சொன்னதுதான் சரி. ஒப்புத்துண்டுட்டேனே!'

'நீ இன்னும் மனசார ஒப்புத்துக்கலை. உனக்கு ப்ரூஃப் வேணும் தானே? நான் போய்ப் பார்த்துட்டு வந்துர்றேன்!'

'இது என்ன பிடிவாதம்? நீங்க இப்ப அங்கே போய் அவன் சொன்னது நிஜம்னே தெரிஞ்சு என்ன செய்யப் போறீங்க?'

‘தோல்வியை ஒப்புத்துண்டு பத்து ரூபா, இல்லை பதினைஞ்சு ரூபா கொடுத்துட்டு வந்திடுவேன்! ஆனா அப்படி நடக்காது... நான் லைஃப்ல நிறையப் பார்த்துட்டேன். சித்ரா!’

‘அவ்வளவு ஷ்யூரா இருந்தா எதுக்குப் போகணும்?’

‘உனக்காகத்தான் சித்ரா! அருவியா அழுதே பாரு. இது தப்புன்னு ஸ்தாபிக்கிறதுக்கு!’

‘எனக்கு இப்ப சிரிப்பு வரது!’

‘அப்புறம் சிரிக்கப் போறது யாருன்னு சொல்றேன்!’

கிருஷ்ணமூர்த்தி ஷெட்டைத் திறந்து, பெரிய கேட்டைத் திறந்து, காரை வெளியில் எடுத்து சீறிப் புறப்பட்டான். தியேட்டர் ஒரு மைலுக்குள் இருக்கும். நிச்சயம் போய்ப் பார்த்து விட வேண்டும். மூன்றாவது கிராஸ் என்றுதானே சொன்னான். என்னை என்னவென்று நினைத்துக்கொண்டான். கருணை இல்லாதவன் என்றா? இவளுக்கு என்ன தெரியும்? கேள்வி கேட்காமல் காசைச் சமர்ப்பிக்க நான் என்ன முட்டாளா? அழுமூஞ்சி! இப்படித்தான் ஒரு தடவை...

தியேட்டருக்கு அருகில் மூன்றாவது கிராஸ் இருந்தது. அதில் திரும்பும் முன்பே வெறிச்சென்ற அந்தச் சிறிய தெரு முழுவதும் தெரிந்தது. தெருவின் நடுவில் ஒரு சட்டி வைக்கப்பட்டு, அதனுள் நெருப்பு புகைந்துகொண்டிருந்தது. பச்சை மூங்கில்கள் காத்திருந்தன. ஓரத்தில் தலையில் கை வைத்துக்கொண்டு அவன் மண்ணில் உட்கார்ந்திருந்தான்.

கிருஷ்ணமூர்த்தி சற்று நேரம்தான் தயங்கினான். காரை ரிவர்ஸ் செய்தான். சீறிப் புறப்பட்டான். திரும்பவும் தன் வீட்டை நோக்கி.

‘என்ன ஆச்சு?’ என்றாள் சித்ரா அசுவாரஸ்யமாக.

‘நான் சொன்னது சரியாப் போச்சு. அவன் சொன்ன மூணாவது கிராஸ் முழுக்க விசாரிச்சுப் பார்த்துட்டேன். ஒண்ணும் இல்லை!’

‘அப்படியா! அப்பா, எத்தனை பொய்!’ என்றாள் சித்ரா.

அஸ்வினி